நூல் ஏணி
தலித் பார்வையில் ஆசிரியர்கள்

எல். இளையபெருமாள் | ஓவியர் சந்துரு
ரவிக்குமார் | அழகியபெரியவன்
அபிமானி | விழி பா. இதயவேந்தன்
அ. ஜெகநாதன் | சிவா. சின்னப்பொடி

தொகுப்பு
ரவிக்குமார்

மணற்கேணி

நூல் ஏணி: தலித் பார்வையில் ஆசிரியர்கள் ♦ கட்டுரைகள் ♦ தொகுப்பு: ரவிக்குமார் ♦ முதல் பதிப்பு: செப்டம்பர் 2014 ♦ பக்கங்கள்: 96 ♦ வெளியீடு: மணற்கேணி பதிப்பகம், முதல் தளம், புதிய எண்: 10, பழைய எண்: 288, டாக்டர் நடேசன் சாலை, திருவல்லிக்கேணி, சென்னை 600005 பேசி:9443033305, மின்னஞ்சல்: manarkeni@gmail.com ♦ அட்டை ஓவியம்: பால் க்ளீ ♦ வடிவமைப்பு: ஆதி ♦ அச்சாக்கம்: அகரம், தஞ்சாவூர்.

ISBN 978-81-922909-2-8

விலை: ரூ. 80

வகுப்பறையில் சமத்துவத்தைப்பேணும்
ஆசிரியர்களுக்கு...

பொருளடக்கம்

முன்னுரை 7

கோவிந்தசாமிப் பிள்ளையும் அனந்தாச்சாரியும் 13
எல். இளையபெருமாள்

மறக்கமுடியாத ஆசிரியர்கள்:
சந்தானராஜ், முனுசாமி, கன்னியப்பன் 18
ஓவியர் சந்துரு

புத்தகங்களைச் சாப்பிட்டு ஆசிரியர்களிடம் வளர்ந்தவன் .. 22
ரவிக்குமார்

மனப் பலகையில் அன்பை எழுதியோர் 38
அழகிய பெரியவன்

நினைவில் நின்றவர்கள் 46
அபிமானி

நானும் எனது கல்வியும் 56
விழி. பா. இதயவேந்தன்

கரம் கோர்த்து கரை சேர்ப்பவர் 63
அ. ஜெகநாதன்

சாதியவாதிகளின் 'ஆளுமைக் குறைப்பு' தந்திரம் 74
சிவா சின்னப்பொடி

தாழ்த்தப்பட்ட வகுப்பினரின் கல்வியை மேம்படுத்துவதற்குச்
சிறப்பு நடவடிக்கைகள் அவசியம் 86
எல்.இளையபெருமாள் கமிட்டி அறிக்கை

முன்னுரை

"2011ஆம் ஆண்டு மக்கள்தொகை கணக்கெடுப்பின்படி, தமிழகத்தில் உள்ள மொத்த மக்கள் தொகை 721.47 இலட்சத்தில் ஆதிதிராவிடர்கள் 144.38 இலட்சமும், பழங்குடியினர் 7.95 இலட்சமும் உள்ளனர். எனவே தமிழகத்தின் மொத்த மக்கள் தொகையில் ஆதிதிராவிடர் 20.01 விழுக்காடும், பழங்குடியினர் 1.10 விழுக்காடும் உள்ளனர்.

ஆதிதிராவிடர் / பழங்குடியினர் மக்கள் தொகையில் பெரும்பான்மையினர் பொருளாதாரத்தில் பின்தங்கி, சமூகத்தின் விளிம்பில் உள்ளனர். அநேக குடும்பங்கள் வாய்ப்புகள், வளங்கள் இன்றி உள்ளதோடு கல்வி, வேலைவாய்ப்பு மற்றும் ஏனைய வருவாய் ஈட்டும் நேர்வுகளில் அவர்களின் நுழைவுரிமை ஒரு வரம்பிற்குள் உள்ளது. மாநிலத்தில் கல்வியறிவு பெற்றோர் விழுக்காடு 80.09 என்பதை ஒப்பிட்டு நோக்கும்போது ஆதிதிராவிடர்களின் கல்வி அறிவு 73.26 விழுக்காடாகவும், பழங்குடியினருடைய கல்வி அறிவு 54.34 விழுக்காடு என்ற நிலையில் மிகவும் குறைவானதாக உள்ளது" – என்கிறது தமிழக அரசின் ஆதிதிராவிடர் நலத்துறை வெளியிட்டிருக்கும் 2014-15ஆம் ஆண்டுக்கான வரவு செலவு செயலாக்கத் திட்டம் என்ற ஆவணம்.

ஆதிதிராவிட / பழங்குடியின சமூகத்தைச் சேர்ந்த மாணவர்களின் கல்விக்காக எத்தனையோ முயற்சிகளை மத்திய,

மாநில அரசுகள் மேற்கொண்டு வந்தபோதிலும் பொதுவான கல்வியறிவு பெற்றோரின் சதவீதத்துக்கும் இந்த சமூகத்தினரில் கல்வி அறிவு பெற்றோரின் சதவீதத்துக்கும் இடையே மிகப்பெரிய இடைவெளி இருப்பதைக் காண முடிகிறது. இதற்கு அரசாங்கமும் சமூகமும் சேர்ந்து பொறுப்பேற்க வேண்டும். ஏனெனில் அரசாங்கம் போடும் சட்டங்கள் சாதிய சமூகத்தின் முன்னால் செயலற்றுப் போய்விடுகின்றன. அவற்றைச் செயல்படவைக்கும் அரசியல் உறுதி இருந்தாலொழிய இந்த நிலையை மாற்ற முடியாது.

கடந்த இரண்டு மூன்று ஆண்டுகளில் தமிழ்நாட்டின் பல்வேறு பகுதிகளில் கல்வி நிறுவனங்களில் நடைபெற்று நாளேடுகளில் வெளியான சாதிவெறி நடவடிக்கைகளுக்கு ஒருசில சான்றுகளை மட்டும் இங்கே தருகிறேன்:

பாகுபாடு காட்டப்பட்டதால் பள்ளிக்குச் செல்வதை நிறுத்திய மாணவர்கள்:

திருநெல்வேலியைச் சேர்ந்த மனித உரிமைக் கல்வி பாதுகாப்புக் கூட்டமைப்பின் (HREPC) சார்பில் நெல்லையில் நடைபெற்ற பொது விசாரணை ஒன்றில் சாதிய பாகுபாடு காரணமாக பள்ளிக்குச் செல்லாமல் நின்றுபோன தலித் மாணவர்கள் கலந்துகொண்டு சாட்சியமளித்தனர். நெல்லை மாவட்டத்தைச் சேர்ந்த 52 கிராமங்களில் மேற்கொள்ளப்பட்ட ஆய்வில் 1680 தலித் மாணவர்கள் படிப்பைத் தொடராமல் இடைநின்றது கண்டறியப்பட்டது. சக மாணவர்களாலும் ஆசிரியர்களாலும் சாதிரீதியாக அவமானப்படுத்தப்பட்ட காரணத்தினாலேயே தாங்கள் படிப்பைத் தொடர முடியவில்லை என அந்த மாணவர்கள் கூறியுள்ளனர்.

காரணம் எதுவும் இல்லாமல் ஆசிரியர்களால் அடிக்கப் படுவது, பாதியிலேயே பள்ளியிலிருந்து நீக்கி மாற்றல் சான்றிதழ் (Transfer Certificate) கொடுக்கப்படுவது போன்ற பல்வேறுவிதமான கொடுமைகளைப் பொது விசாரணையில் கலந்துகொண்ட மாணவர்கள் விவரித்துள்ளனர். (<http://www.thehindu.com/news/national/tamil-nadu/dalit-school-dropouts-narrate-their-discrimination-accounts/article4064737.ece>)

தலித் மாணவர்களோடு ஒன்றாக அமர மறுத்த மாணவர்கள்:

தர்மபுரியில் தலித் குடியிருப்புகள்மீது நடத்தப்பட்ட தாக்குதலுக்குப் பிறகு சில நாட்கள் கழித்து பாதுகாப்புக்காக அந்தக் கிராமங்களைச் சேர்ந்த தலித் மாணவர்களை போலிஸ் வேனில் பள்ளிக்கு அழைத்துப் போய் திரும்ப அழைத்துவந்து விட்டார்கள். ஆனால் பள்ளிக்குப் போன தலித் மாணவர்கள் அங்கு வேறுவிதமான பிரச்சனையை எதிர்கொள்ள நேர்ந்தது.

அதுவரை தலித் மாணவர்களோடு பேதமின்றி ஒன்றாக அமர்ந்து படித்த பிற சாதி மாணவர்கள் அந்த கலவரத்துக்குப் பிறகு தலித் மாணவர்களோடு ஒன்றாக அமர மறுத்துவிட்டனர். இது, ஏற்கனவே கலவரத்தால் தமது பாடநூல்கள் உள்ளிட்ட அனைத்து உடமைகளையும் இழந்து நிற்கும் தலித் மாணவர்களுக்கு உளவியல் ரீதியாக மிகப்பெரும் பாதிப்பை ஏற்படுத்தியது. (<http://www.thehindu.com/news/national/tamil-nadu/dalit-students-face-discrimination-in-dharmapuri/article4102614.ece>)

செருப்பு அணிந்துசென்ற மாணவனுக்கு நேர்ந்த கொடுமை:

மதுரை மாவட்டம் வடுகப்பட்டி என்ற ஊரில் 12 வயது தலித் மாணவன் செருப்பு அணிந்து பிற சாதியினர் வசிக்கும் தெருவழியே சென்றான் என்பதற்காக அவனது செருப்பை அவன் தலையில் வைத்து ஊர் நெடுக சுமந்து செல்லும்படி செய்யப்பட்டான். அந்த சம்பவத்துக்குப் பிறகு அவன் பள்ளிக்குச் செல்ல மறுத்துவிட்டான். அந்தப் பள்ளியில் படிக்கும் தலித் மாணவர்கள் எல்லோரும் வெறுங்காலோடுதான் பள்ளிக்குச் செல்கிறார்கள் என்ற விவரம் தேசிய தாழ்த்தப்பட்டோர் ஆணைய அதிகாரியின் நேரடி விசாரணையில் தெரிய வந்தது. (<http://timesofindia.indiatimes.com/city/madurai/Dalit-boy-was-subjected-to-humiliation-says-probe-team/articleshow/20546252.cms>)

தலித் மாணவர்களில்லாத பஞ்சாயத்து யூனியன் பள்ளி:

நாகப்பட்டினம் மாவட்டம் வேதாரண்யத்திலுள்ள பச்சையங்காடு பகுதியில் நூறு தலித் குடும்பங்கள் வசிக்கின்றன. பள்ளிக்குச் செல்லும் வயதில் 54 பிள்ளைகள் அந்தத் தெருவில் இருக்கிறார்கள். ஆனால் அவர்கள் எல்லோரும் தனியார் பள்ளியில் படிக்கிறார்கள். அதே ஊரில் இருக்கும் பஞ்சாயத்து யூனியன் துவக்கப் பள்ளியில் ஒரு தலித் மாணவர்கூட இல்லை. 1980களில் அந்தப் பள்ளியில் தலித் மாணவர்கள் சாதிய ரீதியில் பாகுபாட்டுடன் நடத்தப்பட்டதற்கு எதிர்ப்பு தெரிவித்து அவர்களின் பெற்றோர்கள் தமது பிள்ளைகளை ஒட்டுமொத்தமாக அந்தப் பள்ளியிலிருந்து மாற்றி தனியார் பள்ளியில் சேர்த்துவிட்டார்கள். மீண்டும் ஒரு தலித் மாணவரை சேர்ப்பதற்கு அந்தப் பள்ளி நிர்வாகம் இதுவரை அக்கறை காட்டவில்லை. (<http://www.thehindu.com/news/national/tamil-nadu/dalit-students-shun-this-government-school/article3315446.ece>)

தலித் சத்துணவுப் பணியாளர்கள் நியமிக்கப்பட்டதற்கு எதிர்ப்பு:

விருதுநகர் மாவட்டம், ராஜபாளையத்துக்கு அருகில் உள்ள கம்மாபட்டி பஞ்சாயத்து யூனியன் பள்ளியில் சத்துணவுப் பணியாளர்களாக இரண்டு தலித் பெண்கள் நியமிக்கப்பட்டதற்கு

எதிர்ப்பு தெரிவித்து அந்த ஊரைச் சேர்ந்த பிற சாதியினர் தமது பிள்ளைகளை பள்ளிக்கு அனுப்ப மறுத்ததால் அந்த இரண்டு பணியாளர்களும் வேறு ஊர்களுக்கு மாற்றப்பட்டனர். "பிற சாதியினர் சமைக்கும் உணவை சாப்பிடும் வழக்கம் எங்களுக்கு இல்லை என்று அந்த ஊரைச் சேர்ந்தவர்கள் கூறுகிறார்கள். இதைத் தீண்டாமையாகப் பார்க்கக்கூடாது. அந்த ஊரில் இருக்கும் வினோதமான ஒரு வழக்கம் என்றே பார்க்க வேண்டும்" என்று அதற்கு நியாயம் கற்பிக்கும் விதமாக அந்த மாவட்டத்தின் கூடுதல் ஆட்சியராகப் பொறுப்பு வகிக்கும் மாவட்ட வருவாய் அலுவலர் (டி.ஆர்.ஓ) கூறியிருக்கிறார். (<http://www.firstpost.com/india/why-untouchability-makes-tamil-nadu-the-most-lopsided-state-368799.html>)

அம்பேத்கர் பற்றிய பாடத்தை நடத்துவதற்கு எதிர்ப்பு:

விருதுநகர் மாவட்டம் திருத்தங்கலில் உள்ள சீ.ரா.அரசு மேல்நிலைப் பள்ளியில் அம்பேத்கர் பற்றிய பாடத்தை நடத்தக் கூடாது என தலித் அல்லாத மாணவர்களால் ஆசிரியர்கள் தடுக்கப்பட்டுள்ளனர். அதையும் மீறி பாடம் நடத்திய ஆசிரியர்கள்மீது கல்லெறிந்து தாக்கிய சம்பவமும் நடந்திருக்கிறது. தலித் அல்லாத சாதிகளைச் சேர்ந்த மாணவர்கள் தமது சாதித் தலைவர்களின் பிறந்த நாள், நினைவு நாள் போன்றவற்றைக் கொண்டாடுதல் அவர்களின் படங்களைப் பள்ளியின் சுற்றுச் சுவரில் வரைந்து வைத்தல் போன்ற செயல்களிலும் ஈடுபடுவதாகத் தெரிய வந்துள்ளது. (<http://m.newindianexpress.com/tamil-nadu/363325>)

மேற்குறிப்பிட்ட சம்பவங்களில் அரசு தலையிட்டு நடவடிக்கைகளை எடுத்திருக்கிறது என்பது உண்மைதான். எனினும், ஒருசில சுயநலமிகளின் வெறுப்புப் பிரச்சாரத்தால் தமிழ்ச் சமூகம் எப்படி ஒரு சீக்குப் பிடித்த சமூகமாக மாறிக்கொண்டிருக்கிறது என்பதை இந்தச் சம்பவங்கள் நமக்குக் காட்டுகின்றன.

அவநம்பிக்கையூட்டும் இப்படியான சம்பவங்கள் நடந்தாலும்கூட வகுப்பறைகளில் பாகுபாடு பார்க்காமல் நலிந்த பிரிவைச் சேர்ந்த மாணவர்களைப் பரிவோடும் அக்கறையோடும் அணுகிக் கைதூக்கிவிடும் ஆசிரியர்களும் இருக்கவே செய்கின்றனர். இன்று சமூகத்தில் உயர்ந்த நிலையிலிருக்கும் எந்தவொரு தலித்தின் வாழ்விலும் அப்படியான ஆசிரியர்களின் பங்களிப்பு இருக்கிறது.

நன்றியுணர்வுக்குப் பெயர்போன சமூகம் தலித் சமூகம். தான் சாப்பிட்ட பழைய சோற்றுக்காகத் தனது உயிரையே தாரைவார்த்த தலித்துகளை நாம் அறிவோம். தினையிலும் சிறிய அளவு உதவியை ஒருவர் செய்தால்கூட அதை தினந்தோறும் சொல்லி மகிழும் மனம் தலித்துகளுடையது. அதற்குச் சான்று பகர்வதாக இருக்கிறது இந்தத் தொகுப்பு.

தமிழ் தலித் எழுத்தாளர்கள் சிலர் தம்மை பாதித்த, தம் மீது செல்வாக்கு செலுத்திய தலித் அல்லாத ஆசிரியர்களை இங்கே நினைவுகூர்ந்துள்ளனர். சமத்துவத்தின்மீது மதிப்புகொண்ட அந்த ஆசிரியர்களின் முன்னுதாரணம் மேலும் பல ஆசிரியர்களை அந்தத் திசை நோக்கி ஈர்க்கும் என நம்புகிறேன்.

ஃப்ரான்ஸ் நாட்டின் கல்வியைச் சீரமைப்பதற்கான பரிந்துரைகளை அந்த நாட்டு அரசாங்கம் கோரியபோது அந் நாட்டைச் சேர்ந்த சிந்தனையாளர் பியர் பூர்தியூ என்பவர் ஒன்பது பரிந்துரைகளை முன்வைத்தார். "கல்வி என்பது வாழ்நாள் முழுதும் நீடிக்கவேண்டும். வேலையில் சேர்வதோடு படிப்பை முறித்துவிடக்கூடாது" என்பது அவர் முன்வைத்த பரிந்துரைகளில் ஒன்று. அது நமது நாட்டுக்கும் பொருந்தும். இதன் பொருள் ஆசிரியர்களுக்குத் தொடர்ந்து பயிற்சி கொடுக்கவேண்டும் என்பதல்ல. அவர்கள் தம்மை எப்போதும் மாணவர்களாக உணரவேண்டும் என்பதுதான் இதற்கு உண்மையான அர்த்தம். தமிழ்நாட்டு ஆசிரியப் பெருமக்கள் இந்த நூலை ஒரு மாணவராக இருந்து கற்கவேண்டும் என வேண்டுகிறேன்.

ரவிக்குமார்
18.09.2014

கோவிந்தசாமிப் பிள்ளையும் அனந்தாச்சாரியும்

எல். இளையபெருமாள்

1924 ஆம் வருஷம் ஜுன் மாதம் 26ந் தேதி நான் பிறந்த நாள். நான் பிறந்த ஊர் காட்டுமன்னார்குடி, உடையார்குடி கோலியத் தெரு. எனது பெற்றோர்களை நான் சிறுவயதிலேயே இழந்துவிட நேர்ந்தது. எனது தாய் பெயர் மீனாட்சி. தகப்பனார் பெயர் லஷ்மணன். நல்ல ஜோதிடர். நான் சிறுவயதிலே தகப்பனாரோடு போகும்போது எங்கள் வீட்டுத் தோட்டத்திலே பிராமணர்கள் வந்து நிற்பார்கள். ஏன் இவர்கள் இங்குவந்து நிற்கிறார்கள், ஏன் வீட்டுக்குள் வரவில்லை என்று கேட்பதுண்டு. "நான் தாழ்ந்த ஜாதி, அவர்கள் உயர்ந்தவர்கள், பிராமணர்கள். நம்மிடம் ஜோதிடம் கேட்பதற்கு வந்திருக்கிறார்கள். வீட்டுக்குள் வந்தால் தீட்டு வந்துவிடும் என்று பயந்துகொண்டு நிற்கிறார்கள். எப்படியென்றாலும் நமக்குத் தொழில் என்ற முறையிலே நான் அவர்களுக்கு ஜோதிடம் சொல்லிக்கொண்டிருக்கிறேன்" என்று சொல்வார். அந்த நிலையில் ஆரம்பத்திலேயே என்னுடைய சின்னவயதிலேயே என் பிஞ்சு உள்ளத்திலேயே இப்படிப்பட்ட ஒரு நிலை இருக்கிறதே என்று உணரமுடிந்தது. பெற்றோர்கள் ஏழை குடும்பத்தைச் சேர்ந்தவர்கள். அப்போது குடிகார காலமாயிருந்தது.

ஆங்கிலேயர் காலம். என் தகப்பனார் குடிகாரர்களுக்கு புத்தி சொன்னாலும், அவரும் சேர்ந்து சிலசமயம் குடிப்பதுண்டு. அதுமாதிரி செய்த சமயத்திலே எங்களுடைய சொந்த நிலத்தை எங்களது ஆண்டை என்று சொல்லப்பட்டவர்கள் ஏமாற்றி கையெழுத்து வாங்கி நிலத்தை பறித்துக்கொண்டார்கள். இது கஷ்ட காலத்திற்கு ஆரம்பமாக இருந்தது. பிறகு என்னுடைய தாயார் இளவயதிலேயே இறந்துவிட்டார்கள். தகப்பனாருடைய அரவணைப்பில் நான் இருந்தேன்.

அப்போது பள்ளிக்கு இரண்டு கிலோமீட்டர் தூரம் சென்று படிக்க வேண்டும். அது அரசாங்க பாடசாலையாக இருந்தது. 1930ஆம் ஆண்டு, 30லிருந்து 35முடிய நான் பள்ளிக்கு செல்கின்ற வழியில் ஜாதி இந்துக்கள் வாழ்ந்தார்கள். ஏன் இஸ்லாமியர்களும் வாழ்ந்தார்கள். இஸ்லாமியர்களும்கூட தீண்டாமைக் கொடுமையை அனுசரித்த காலம் அந்த காலம். அங்கு படிக்கின்றபோது சாலையில் ஓரமாகத்தான் செல்ல வேண்டும். சாலையின் நடுவில் நடந்து சென்றால் அடிப்பார்கள். ஆறாவது முதல் எட்டாவதுவரை படிக்கின்றபோதும் நடுநிலைப் பள்ளி காட்டுமன்னார்குடி மாவட்ட ஆட்சித்தலைவர் கண்ட்ரோலில் இருந்த பள்ளிகள். அங்கு படிக்கின்றபோதும் ஒவ்வொரு அறையிலும் தண்ணீர் குடிக்க பானை வைப்பார்கள். மண் பாத்திரம். அந்தப் பானையில் "பறையன் பானை" என்று எழுதப்பட்டிருந்தது. அதைப் பார்க்கின்றபோது ஏன் ஜாதியைக் குறித்து இப்படி எழுதி வைத்திருக்கிறார்கள் என்று வருத்தம் ஏற்பட்டது. நான் பள்ளி முடிந்ததும் அங்கேயே தங்கிவிடுவேன். ஏழு மணி ஆனதும் பானையை உடைத்துவிட்டு சென்றுவிடுவேன். இப்படி ஒரு மாத காலம் நடந்தது. இதைக் கண்டுபிடிக்க வேண்டுமென்பதற்காக பள்ளியின் தலைமை ஆசிரியர் அறையைப் பூட்டிவிடச் சொல்லி உள்ளேயே இருந்தார். நான் உடைக்கின்றபொழுது "இளையபெருமாள் நிறுத்து" என்றார். அவர் அறையைத் திறந்துகொண்டு வந்து எவ்வளவு காலமாக இந்தத் தவறைச் செய்துவருகிறாய் என்று கேட்டார். நான் "ஒரு மாத காலமாக செய்து வருகிறேன்" என்று சொன்னேன். "சரி பரவாயில்லை, நீ வீட்டுக்குப் போ" என என்னை அடிக்காமல் அனுப்பிவிட்டார். மறுநாள், கடவுள் வணக்கம் நிகழ்த்துகின்ற சமயம் "இளையபெருமாளைக் கூப்பிடு" என்று சொன்னார்கள். நான் வந்தேன். "பானையை உடைத்த திருடனை நான் கண்டுபிடித்துவிட்டேன்" என்று சொல்லி, ஒரு மேஜையைக் கொண்டுவரச்சொல்லி அதன்மேல் என்னை ஏறச்சொன்னார்கள். "ஏன் உடைத்தாய்" என்று கேட்டார்கள். பள்ளிக்கூடத்தில் இந்தக் கொடுமையான வார்த்தைகள் இருப்பதும் வேறு மாணவர்கள் எங்கள் பானையில் தெரியாமல் நீர் குடிக்க

வந்தால் "அதை தொடாதே அது பறையன் பானை தீட்டு" என்று மாணவர்களுக்குள்ளே சொல்வார்கள். இது கேவலமாக இருந்ததனாலும் நான் உடைத்தேன் என்று சொன்னேன். அன்றைக்கே தலைமையாசிரியர் கோவிந்தசாமிப்பிள்ளை அவர்கள் இதுமாதிரி பானையில் ஜாதி எழுதக்கூடாது இனிமேல் பானையில் தண்ணீரும் குவளையும் இருக்கும், இஷ்டமில்லாதவர்கள் வீட்டிலிருந்து தண்ணீர் கொண்டுவந்து சாப்பிடலாம் என்று சொன்னார்கள். எனக்கு அது பெரிய மகிழ்ச்சியாக இருந்தது. அன்றைக்கே என் பிஞ்சு மனசிலே இப்படி போராடினால் நாம் வெற்றிபெற முடியும் என்று பதிந்தது. இந்த ஜாதீயக் கொடுமையை சமூகத்திலிருந்து நீக்கவேண்டுமானால் போராடினால்தான் முடியுமென்று அப்போதே மனசில்பட்டது.

அப்போது சிதம்பரம் தாலுக்கா என்றிருந்ததை இப்போது இரண்டு தாலுக்காக்களாக பிரித்துவிட்டார்கள். இப்போது முப்பது பள்ளிகளுக்குமேல் இருக்கின்றன. அப்போது சிதம்பரத்தில் இரண்டே பள்ளிகள் தான் உயர்நிலைப்பள்ளிகள். ஒன்று பச்சையப்பன் உயர்நிலைப்பள்ளி; இன்னொன்று ராமசாமி செட்டியாரின் பெயரால் இருந்தது. இரண்டிலும் சென்று இடம் கேட்டபோது இடம் கிடைக்கவில்லை. அதிலும் பறையர்களாக இருப்பவர்களுக்கு இடம் கிடையாது என்று சொல்லிவிட்டார்கள். பிறகு பரங்கிப்பேட்டைக்குச் சென்று அரசாங்கப் பள்ளியிலே நான் சேர்ந்து படிக்க வேண்டிய நிலை வந்தது. அது முஸ்லீம் ஊராக இருந்தாலும் அங்கும் ஜாதி வித்தியாசம் இருந்தது. ராயல் ஸ்ட்ரீட் என்ற இடத்திலே செருப்பு போட்டுக்கொண்டு போகக்கூடாது என்ற நிலை இருந்தது. நான் செருப்பு போட்டுக்கொண்டு போனேன். அதனால் என்னைக் கூப்பிட்டு மிரட்டினார்கள். நான் அதற்கு மிரளாமல், "என் செருப்பை நான் போட்டுக் கொள்கிறேன். மணல் சுடுகிறதே" என்றேன். அதைக் கேட்ட இஸ்லாமியப் பெரியவர் ஒருவர், அந்தப் பையன் சொல்வதிலே நியாயம் இருக்கிறது என்று சொன்னார். அன்றுமுதல் அந்த ஊரிலே செருப்பு போட்டுக்கொண்டு போகலாம் என்ற நிலை உருவானது. சாத்வீகப் போராட்டத்திலேயே இது நடந்தது. நியாயத்துக்காகப் போராடினால் எதையும் சாதிக்கலாம் என்ற எண்ணம் எனது உள்ளத்தில் பதிந்துவிட்டது.

நான் பள்ளிப் படிப்பை முடித்து ஊருக்கு வந்தபோது என் தகப்பனாரும், என்னை வளர்த்த தாயார் சிவகாமி அம்மாளும் ஒரே நாளில் இறந்துவிட்டார்கள் என்ற செய்தி கிடைத்தது. ஏன், எப்படி இது ஆனது என்று விசாரித்தபோது காலரா நோயால் இறந்துவிட்டார்கள் என்று தெரிந்தது. காலராவுக்கு மருந்து போடவேண்டிய பஞ்சாயத்துபோர்டு அதிகாரிகளும்கூட ஆதிதிராவிடர் தெரு என்பதனால் அந்தக் காலராவைப் போக்க

மருந்து தெளிக்கவில்லை. ஊசிபோடுவதற்குக்கூட அவர்கள் விரும்பவில்லை. அவர்கள் தெருவிலிருந்து பஞ்சாயத்து போர்டு ஆபீசுக்கு வரவேண்டுமென்று கூப்பிட்டார்கள். ஆனால் ஏழை மக்கள் வேலைக்குச் செல்பவர்கள் அங்குபோக முடியவில்லை. அதிகாரிகளும், ஜாதி காரணமாக மருந்து கொடுக்கவில்லை என்பது எனக்குப் புரிந்தது.

காட்டுமன்னார்குடியில் ரெட்டை பிராமணத் தெரு, ஒற்றை பிராமணத் தெரு என உண்டு. அங்கே வேலை செய்கின்ற ஆதிதிராவிட மக்கள் தெருவின் முன்வழியாக போகக்கூடாது. தோட்டத்து வழியாகத்தான் போகவேண்டும். செருப்பணிந்து வரக்கூடாது. அவர்கள் தோட்டத்து கதவுப்பக்கம் வந்து ஒரு சப்தம் கொடுக்கவேண்டும். சப்தத்தைக்கேட்டு முதலாளிகள் தோட்டத்துக் கதவைத் திறந்து, அவர்கள் இடுகின்ற பணியை ஏற்று இந்த மக்கள் வேலைக்குச் செல்வார்கள். தெருவில் ஏன் நுழையக்கூடாது, நடக்கக்கூடாது என்று நான் கேட்டபோது எனது தெருவிலிருந்தவர்கள், எனது உறவினர்களெல்லாம் இது வம்புக்குப் போகிற வேலை. உன்னால் இந்த கிராமமே அழிந்துவிடும் என்று திட்டினார்கள். இப்படிச் செய்கிறார்களே அதை நீங்கள் கேட்கவில்லையே என்று நான் கேட்டேன். நமது நிலைமை இப்படி, பிழைப்புக்காக அவர்களை அண்டி நிற்க வேண்டியிருக்கிறது. நாம் இப்படி எதிர்த்துப் பேசினால் நம்மை வேலைக்கு வைத்துக்கொள்ளமாட்டார்கள். நமக்குக் கடைகளிலே பொருள் கொடுக்கமாட்டார்கள். நம்மாலும் கடை வைக்க முடியாது. இதற்கெல்லாம் வழிதெரியாமல் நீ சமூகத்திலே சமத்துவம் வேண்டும் என்றெல்லாம் பேசுவது சரியில்லை என என்னைத்தான் கண்டித்தார்களே ஒழிய அவர்களது உரிமைகளைப் பெறுவதற்கு முன்வராதது அப்போதே எனக்கு வருத்தமாக இருந்தது. என்னாலும் ஒன்றும் செய்யமுடியாத நிலை.

என்னுடைய பாடசாலையிலே அனந்தாச்சாரி என்றொரு பிராமண ஆசிரியர் இருந்தார். அவர் எல்லோருடைய நோட்டுகளையும் திருத்துவார். ஆனால் என்னுடைய நோட்டு புத்தகத்தை வாங்கமாட்டார். சிலேட்டையும் வாங்கமாட்டார். வேறு பையன்களைவிட்டு அவன் எழுதியிருப்பது சரியாக இருக்கிறதா பார்த்துவா என்று அனுப்புவார். அப்போது மனம் வருத்தப்பட்டாலும் எதிர்த்துப்பேசுகின்ற சக்தியோ, துணிவோ இல்லாத நிலை. இது என் பள்ளிப் படிப்பின் ஆரம்ப காலம்.

பள்ளி இறுதி ஆண்டில் படிக்கும்போது – எஸ்.எஸ். எல்.சி. படிக்கின்ற காலத்தில் சாப்பிடுவதற்கு வழியில்லாமல் என்னைப்போல் இருபது மாணவர்கள் இருந்தார்கள். அவர்களைக் கூட்டிச்சென்று சுல்தான் மரைக்காயர் என்றொருவர்

பரங்கிப்பேட்டையில் இருந்தார்கள். காங்கிரஸ்காரர். அவரை அணுகி எங்களுக்கு உதவ உணவுவிடுதி ஒன்றை ஆரம்பிக்க வேண்டுமெனக் கேட்டு அவரும் ஆரம்பித்தார். அதற்கு நானே வார்டனாகவும் இருந்து அந்த உணவு விடுதியை நடத்தி வந்தோம். அவரது சொந்த முயற்சியாலே சொந்த பொருளிலே இருபது பிள்ளைகளுக்கும் சாப்பாடு போட்டுவந்தார். பிறகு அரசாங்கத்திலே அதை எடுத்து அது அரசாங்க விடுதியாக மாறி இன்றைக்கும் நடந்துகொண்டிருக்கிறது. வாழ்க்கையிலே மறக்கமுடியாத ஒரு நிகழ்ச்சி அது.

பரங்கிப்பேட்டை முஸ்லீம்கள் கிராமம். அங்கே வீடுகளில் ஆதிதிராவிடர்கள் வேலை செய்வார்கள். ஆனால் அந்தத் தெருவிலே செருப்பு போட்டுப் போகமுடியாது. அந்தத் தெருவிலே டீக்கடைகளில் அவர்களது கடைகளிலும் இந்த ஆதிதிராவிடர் மக்கள் சாப்பிட முடியாது. ஜாதி இந்துக்கள் என்ன நிலை வைத்திருந்தார்களோ அந்த நிலையைத்தான் இஸ்லாமிய சகோதரர்களும் வைத்தார்கள். இது ஏன் என்று நான் கேட்டபோது "எங்கள் கடைகளிலே வியாபாரம் நடக்காது, எங்களை தனித்து விட்டுவிடுவார்கள். நாங்கள் உங்களோடு சேர்ந்தால் எங்களது வியாபாரம் குறையும். எங்களது பொருளாதாரம் பாதிக்கப்படும். இஸ்லாமிய முறைப்படி நாங்கள் ஜாதி வித்தியாசம், தீண்டாமை இவற்றை அனுசரிக்காவிட்டாலும் எங்களது வியாபாரம் நிமித்தம், வாழ்வு நிமித்தம் நாங்கள் அனுசரித்துப் போகவேண்டியிருக்கிறது என்று சொன்னார்கள். நான் அங்கே நான்கு ஆண்டுகள் படிக்கின்ற வரையிலும் இஸ்லாமியர்கள் அங்குள்ள கடைகளிலே ஆதிதிராவிடர்களை அனுமதிக்கவில்லை என்ற நிலைதான் இருந்தது.

1944ஆம் வருஷம் என்னுடைய கல்யாணம் பரங்கிப் பேட்டையிலேயே நடத்தவேண்டிய கட்டாயம் ஏற்பட்டது. கடைசி வருஷப் படிப்பின்போது தங்குவதற்கு இடமில்லாததால், விடுதி தொடங்கி நான் வார்டனாக இருந்தாலும் அங்கே படிப்பதற்கு இடையூறாக இருந்ததால் ஹாஸ்டலை விட்டுவிட்டு ஒரு சகோதரன் வீட்டில் தங்கிப் படித்துவந்தேன். அதனால் அந்த வீட்டிலேயே கல்யாணம் செய்யவேண்டிய நிலை ஏற்பட்டது.

(மறைந்த தலித் தலைவர் திரு. எல்.இளையபெருமாள் அவர்களின் தன்வரலாறான 'சித்திரை நெருப்பு' என்ற நூலில் ஒரு பகுதி)

மறக்கமுடியாத ஆசிரியர்கள்: சந்தானராஜ், முனுசாமி, கன்னியப்பன்

ஓவியர் சந்துரு

என் சொந்த ஊர் விருதுநகர் கத்தாழம்பட்டி புதுத்தெரு. அதில் எங்கள் வீடு இருந்தது தெற்குத் தெரு. அங்கிருந்த யூனியன் பள்ளியில்தான் நான் படித்தேன். எலிமெண்டரி ஸ்கூலில் படிக்கும்போதே பொங்கல் வாழ்த்து, தீபாவளி வாழ்த்து, கிறிஸ்த்மஸ் வாழ்த்து வரைவேன். எங்கள் பள்ளியிலிருந்த சிரோன்மணி டீச்சர் நாலைந்து போஸ்ட் கார்டு வாங்கிவந்து கொடுத்து வாழ்த்து வரைந்து தரச் சொல்வார்கள்.

வகுப்பறையிலிருக்கும் கரும் பலகையில் ஓரங்களில் டிசைன் போடுவது, அறிவிப்புப் பலகையில் எழுதுவது எல்லாம் நான் தான் செய்வேன். ஹைஸ்கூலுக்குப் போனபின் அங்கே ராமசாமி என்று ட்ராயிங் மாஸ்டர் இருந்தார். அவர் நாயுடு சமூகத்தைச் சேர்ந்தவர். அவர்தான் எனது ஓவியத் திறமையை அடையாளம் கண்டு என்னை ஊக்குவித்தார். என் வகுப்பில் மட்டுமின்றி மற்ற வகுப்புகளிலும் என்னைப் பாராட்டிப் பேசுவார். பள்ளியில் எந்த அறிவிப்பாக இருந்தாலும் என்னை எழுதச் சொல்வார். எனக்கு கணக்கு பாடத்தில் விருப்பம் அதிகம். நன்றாகப் போடுவேன். எஞ்சினியரிங் பிரிவை விருப்பப் பாடமாக எடுத்தேன். அப்போதெல்லாம் ஓவியராகப் போகவேண்டுமென்று நினைத்ததே இல்லை.

நாராயணன் என்பவர் எனக்கு என்ஜினியரிங் ஆசிரியராக இருந்தார்.

அவருக்கு ஊர் பிரமுகர்களுடன் நல்ல தொடர்பு இருந்தது.

நான் எஸ்.எஸ்.எல்.சி. முடித்துவிட்டு வீட்டில் இருந்தேன். அப்போது எங்கள் ஊரில் காமராஜர் சிலை வைத்தார்கள். அதற்கு டூம் செய்ய ஏற்பாடு நடந்தது. நாராயணன் சார் என் பெயரைச் சொல்லி அந்த வேலையை எனக்கு வாங்கித் தந்தார். எப்படி டிசைன் செய்யலாமென்று யோசித்தபடி போய்க்கொண்டிருந்தபோது வழியில் எருக்கம் பூவைப் பார்த்தேன். உடனே அதை மாதிரியாக வைத்து அந்த டூமை டிசைன் செய்தேன். அதிலேயே ராட்டை இருப்பதுபோல அமைத்தேன். அதை எல்லோரும் பாராட்டினார்கள்.

சிவகாசியில் காலண்டர் ஆர்டிஸ்ட்டாக புகழ்பெற்றிருந்த கே.பி.சிவம், என் மாமாதான். அவர் அடிப்படையில் ஒரு ஓவியர் அல்ல. வெவேறு தொழில்களைப் பார்த்துவிட்டு குடும்பத்தோடு இருக்கவேண்டும் என்பதற்காக ட்ராயிங் மாஸ்டர் பயிற்சி பெற்று காலண்டர் ஆர்டிஸ்டாக வந்தவர். அவரைப்போலவே காலண்டர் ஆர்டிஸ்டாக இருந்த எனது இன்னொரு மாமா தான் எஸ்.பி.ராஜ். அந்தக் காலத்தில் இல்லஸ்ட்ரேட்டட் வீக்லி பத்திரிகையில் மாடர்ன் ஆர்ட் பற்றி அவ்வப்போது கட்டுரைகள் வரும். அதைப் படிக்கிற என் மாமா ‘நாமும்தான் உயிரைக் கொடுத்து படம் போடுகிறோம். இருநூறு ரூபாய் முன்னூறு ரூபாய்க்கு மேல் கொடுக்க மாட்டேன் என்கிறார்கள். ஆனால் இந்த கோணல் மாணல் படங்களை லட்சக்கணக்கில் பணம் கொடுத்து வாங்குகிறார்களே’ என்று ஆதங்கப்படுவார். எதிர்காலத்தில் இந்த மாதிரி படங்கள்தான் சிவகாசிக்கும் வருமோ என்று பயந்து ‘நம்ம பய ஒருத்தன இதுல தயார் பண்ணனும்’ எனத் திட்டமிட்ட என் மாமா அதற்கு ஏற்ற ஆள் நான் தான் என முடிவுசெய்து என்னை சென்னையிலிருக்கும் ஓவியக் கல்லூரிக்கு படிக்க அனுப்புவது என முடிவு செய்தார். எனக்கு ஓவியம் படிக்கவேண்டும் என்பதைவிடவும் மெட்ராஸைப் பார்க்க வேண்டும் என்ற ஆசை அதிகமாக இருந்தது. என்னோடு படித்த பலபேர் திருட்டு ரயிலேறி மெட்ராஸுக்கு ஓடிவிட்டார்கள். அவர்கள் ஊருக்கு வரும்போது சிவாஜியைப் பார்த்தேன் எம்ஜிஆரைப் பார்த்தேன் என்று சொல்வார்கள். எனக்கோ ஆத்திரம் ஆத்திரமாக வரும்.

ஓவியக் கல்லூரியில் தேர்வு எழுத எனக்கு அழைப்பு வந்தது. அப்போதுதான் முதன்முதலாக எனக்கு பேன்ட் ஷர்ட் எடுத்து கொடுத்தார்கள். விருதுநகரிலிருந்து மெட்ராஸுக்கு

அப்போது டிக்கட் 16 ரூபாய் எண்பது காசு. நானும் என் மாமா சிவமும் மெட்ராஸுக்கு வந்து இறங்கி ஓவியக் கல்லூரிக்குப் போனோம். அங்கு காரிலும் மோட்டார் பைக்கிலும் மாணவர்கள் வந்து இறங்குவதையும் அவர்கள் கோட் சூட் போட்டு டை கட்டிக்கொண்டு இருப்பதையும் பார்த்து நான் பயந்துவிட்டேன். இங்கே நமக்கு இடம் கிடைக்காது என்று தீர்மானித்துக்கொண்டு 'வா ஊருக்குத் திரும்பிப் போய்விடுவோம்' என என் மாமாவைக் கூப்பிட்டேன். அவரோ இப்போது ரயில் கிடையாது ராத்திரிதான் கிளம்பும். பரீட்சை எழுது' என்று சொல்லிவிட்டார். தேர்வு ஆரம்பித்ததும் ஒரு மாடலை உட்கார வைத்து போர்ட்ரைட் பண்ணச் சொன்னார்கள். மாடலைப் பார்த்து வரைவதில் எனக்கு முன்னமேயே பயிற்சி இருந்ததால் சரசரவென்று மூன்று ஆங்கிள்களில் வரைந்துவிட்டேன். கொஞ்சநேரம் ஆனதும் மாடலுக்கு ரெஸ்ட் கொடுப்பார்கள் . அப்போதுதான் பார்க்கிறேன் மற்றவர்களெல்லாம் பேந்த பேந்த முழித்துக்கொண்டிருந்தார்கள். என் ட்ராயிங்கை பார்த்த ஆசிரியர் 'தேர்வு எழுதுபவர்களிலேயே நீதான் டாப்' என்று பாராட்டினார். நான்கு நாட்கள் தேர்வு நடந்தது. முதல் நாள் போர்ட்ரைட், அடுத்தது முழு உருவம், மூன்றாவது நாள் வாட்டர் கலர் அடுத்த நாள் லெட்டரிங். அப்போதுதான் எனக்குப் புரிந்தது கோட் சூட் போடறது கார்ல வர்றது அதுக்கும் ஆர்ட்டுக்கும் சம்பந்தமில்லை என்பது. இன்றைக்கு வரைக்கும் அதில் நான் தெளிவாக இருக்கிறேன். 'இவர் அமெரிக்காவுலேர்ந்து வரார், அவர் இங்கிலாந்துலேர்ந்து வரார்னு' யார் சொன்னாலும் நான் பொருட்படுத்துவதில்லை. அவரோட ஓர்க் எப்படியிருக்கு என்பதைத்தான் நான் பார்ப்பேன்.

காலேஜில் நான் ரொம்ப சின்சியர் ஸ்டூடண்ட். முரட்டுத்தனமாக இருந்தாலும்கூட ஆசிரியர்களிடம் மிகவும் மரியாதையாக இருப்பேன். கோபம் வந்தால் சக மாணவர்களை அடித்துவிடுவேன். பிறர் என்னை சேட்டைக்காரன் என்றாலும் ஆரம்ப பள்ளி முதல் ஆசிரியர்களிடம் எனக்கு பயம் கலந்த மரியாதை உண்டு, யாரும் என்னைக் குறை சொல்லிவிடக்கூடாது என்பதில் கவனமாக இருப்பேன். அப்போது சந்தானராஜ் ஆசிரியராக இருந்தார். அவர் ஒரு ட்ராமாட்டிக்கான பெர்சனாலிட்டி. கனவுலகத்தில் சஞ்சரிப்பதுபோல இருப்பார். ஆனால் எனக்கு நேரடியான ஆசிரியர் முனுசாமி. அவர் லண்டனில் படித்தவர். யாரிடமும் அதிகம் பேசமாட்டார் என்பார்கள். ஆனால் என்னிடம் மிகவும் அன்பாக இருப்பார். எனக்கு 'இண்ட்டலக்சுவல் இன்ஸ்பிரேஷன்' அவர்தான். அவரோடு நிறைய விவாதிப்பேன்.

ஆர்ட் ஃ பீல்டில் கேலரி, அகடெமிக் எல்லாவற்றிலும்

அரசியல் இருக்கும். அதில் யாரை முன்னால் வைப்பது யாரை உயர்த்திப் பிடிப்பது என்பது எல்லாமே அரசியல்தான். ஆனால் அதிலெல்லாம் சந்தானராஜோ முனுசாமியோ வரமாட்டார்கள். எங்களுக்கென்று ஆடியன்ஸ் இருக்கிறார்கள். அவர்கள் போதும் என்று சொல்லிவிடுவார்கள். எனக்கு ஆசிரியராக இருந்த இன்னொருவர் கன்னியப்பன். எந்த மாதிரி ஒர்க் ஆக இருந்தாலும் அபாரமாக செய்வார். வேலை தெரிந்தவர்கள் யாரென்று சரியாக அடையாளம் கண்டுகொள்வார். அவர்களை ஊக்குவிப்பார். நான் செய்த மாடலுக்கு மோல்டிங் எடுத்து அவரே டிஸ்ப்ளே செய்வார். நாம் ஒரு ஆசிரியராயிற்றே என கௌரவம் பார்க்க மாட்டார். கல்லூரியில் எனக்கு கார்டியன் அவர்தான் என்று சொல்லலாம். அற்புதமான ஸ்கல்ப்டர்.

சந்தானராஜ், முனுசாமி, கன்னியப்பன் – எனது ஆசிரியர்களில் இந்த மூன்றுபேரையும் குறிப்பிட்டுச் சொல்லவேண்டும்.

தர்க்கரீதியான கலைப்படைப்பு. அதற்கான பொருளீடு என்னவென்று கன்னியப்பனிடம் கற்றேன்... சமகாலத்து கலை, கலைஞர்கள் குறித்து நய்யாண்டி கலந்த விமர்சனப் பார்வையைக் கற்றுத்தந்தவர் முனுசாமி. ஒரு கலைஞனின் வேற்றுலக சஞ்சாரத்தை சந்தானராஜிடம் கண்டேன். சுருக்கமாகச் சொல்வதென்றால் கவின் கலைக்கல்லூரி, கலைக்கண்காட்சிக் கூடம், கலைத்துறை சார்ந்த அரசு, தனியார் அமைப்புகளுக்குள் கலை இல்லை என்பதை எனக்குக் கற்றுத் தந்தவர்கள் இந்த ஆசிரியர்கள்தான்.

(ஆடியோ பதிவும் எழுத்து வடிவமும்: ரவிக்குமார்)

புத்தகங்களைச் சாப்பிட்டு ஆசிரியர்களிடம் வளர்ந்தவன்

ரவிக்குமார்

1969 ஆம் ஆண்டு. கோடையின் தாக்கம் தெரிய ஆரம்பித்துவிட்ட ஒரு திங்கள் கிழமை. விடுமுறை நாட்களைவிட பள்ளிக்குச் செல்லும் நாட்களே எனக்குப் பிடித்தமானவையாக இருந்த காலம் அது. ஞாயிற்றுக்கிழமை விடுமுறை முடிந்து திங்கள் கிழமை எப்போது வருமென்று காத்துக்கொண்டிருந்த நான் காலையிலேயே பள்ளிக்குப் புறப்பட்டுவிட்டேன். பள்ளியின் உள்ளே நுழையும்போது "ரவீ சிஎன்ஏ செத்துட்டாருடா!" என்று ஒரு கதறல். கண்ணையன் சார்தான் என்னை நோக்கி வந்துகொண்டிருந்தார். மூன்றாம் வகுப்பு மாணவன்தான் என்றாலும் சிஎன்ஏ என்றால் அது சி.என்.அண்ணாதுரை என்பதன் சுருக்கம் என்பது எனக்குத் தெரியும். அவர் புற்றுநோயால் பாதிக்கப்பட்டிருந்ததும் தெரியும். அதையெல்லாம் கண்ணையன் சார் முன்பே எனக்கு சொல்லியிருந்தார். அவர் அழுது நான் பார்த்ததே இல்லை. அவர் ஒரு முரடர் என்று மற்ற ஆசிரியர்கள் சொல்வதாக மாணவர்கள் பேசிக்கொள்வார்கள். அவர் கதறி அழுததைப் பார்த்து நானும் அவரோடு சேர்ந்து அழுதேன். பள்ளிக்கு

விடுமுறை விட்டிருப்பதாக அவர் சொன்னாலும் எனக்கு அதில் சந்தோஷம் ஏற்படவில்லை.

முகவாட்டத்துடன் வீட்டுக்குத் திரும்பிய என்னைப் பார்த்து அம்மா பதறிக்கொண்டு ஓடிவந்தார்கள். "ஏம்பா பள்ளிக்கொடம் இல்லியா?" என்றார்கள். "அண்ணா செத்துட்டாரும்மா" என்றேன். "அதுக்கு ஏம்பா நீ இப்புடி இருக்குற?" என்ற அம்மாவுக்கு என்னால் விளக்கம் சொல்லத் தெரியவில்லை. எங்கள் வீட்டில், அண்ணன் திருமணத்துக்கு வாசித்து அளிக்கப்பட்ட வாழ்த்து மடல்கள் ஃப்ரேம் செய்யப்பட்டு வரிசையாக மாட்டப்பட்டிருக்கும். அவற்றில் பெரும்பாலும் திமுக தலைவர்களே இருப்பார்கள். அவற்றோடு தனியே அண்ணா மட்டும் இருக்கிற படம் ஒன்றும் இருந்தது. நாற்காலியை இழுத்துப்போட்டு அதைக் கழற்ற முயற்சி செய்தேன். எனக்கு எட்டவில்லை. அம்மாவே வந்து அதைக் கழற்றிக் கொடுத்தார்கள். அந்தப் படத்தை எடுத்துக்கொண்டேன். தோட்டத்திலிருந்து இரண்டு வாழைக்கன்றுகளை வெட்டி எடுத்துவந்தேன். நாற்காலியை எடுத்து வாசலில் போட்டு வீட்டிலிருந்த தேங்காய்ப்பூ துண்டு ஒன்றை அதில் போர்த்தி அண்ணாவின் படத்தை அதில் சாய்த்து வைத்தேன். நாற்காலியின் கால்களில் வாழைக் கன்றுகளைக் கட்டினேன். அம்மாவிடம் கேட்டு அவர்கள் சாமி கும்பிடுவதற்காக ஊதுவத்திக் குழாயில் வைத்திருந்த ஊதுவத்திகளை வாங்கி ஒரு வாழைத் தண்டை வெட்டி அதில் செருகி அண்ணாவின் படத்துக்கு முன்னால் வைத்தேன். 'இன்னைக்கு பஸ்ஸு ரயிலு எல்லாம் எனாமாம். அண்ணாத்தொரய பாக்க யாரு வேணும்னாலும் மெட்ராஸ் போலாமாம்' எனத் தெருவில் யாரோ சொல்லிக்கொண்டு போனார்கள். அண்ணா இறந்துவிட்டார் என்ற செய்தியை என்னால் ஏற்றுக்கொள்ள முடியவில்லை. கண்ணையன் சார் அழுததை நினைக்கும்போதெல்லாம் எனக்குக் கண்ணீர் வழிந்தது.

எங்கள் பள்ளியில் எப்போதும் நான்தான் முதலில் பள்ளிக்குச் செல்வேன். நான் போகும்போது பள்ளியில் அனேகமாக யாரும் இருக்கமாட்டார்கள். சில நாட்களில் குர்ஆன் ஓதும் வகுப்பு நடந்துகொண்டிருக்கும். ஆசிரியர்களில் முதலில் கண்ணையன் சார் தான் வருவார். அவரைப் பார்த்தால் ஆசிரியரைப்போலத் தெரியாது. ஒரு கல்லூரி மாணவரைப்போல இளைஞராக இருப்பார். தொலைவில் ஏதோ ஒரு கிராமத்தில் இருந்து சைக்கிளில் வருவார். என்னை ஒரு மாணவனாக நினைக்காமல் ஒரு நண்பனைப்போல நடத்துவார். தி.மு.க.காரர். இந்தி எதிர்ப்புப் போராட்டங்களில் கலந்துகொண்டதாக சொல்லியிருக்கிறார். பெரியார்தான் அவருக்கு தெய்வம். திமுக தலைவர்களைப் பற்றியும் மூடநம்பிக்கைகள் பற்றியும் கதைபோல சொல்லுவார்.

அண்ணாவைப் போல குரலை மாற்றிப் பேசிக்காட்டுவார். நான் படிக்கக் கற்றுக்கொண்டதே அவர் கொடுத்த சிறு பிரசுரங்களை வைத்துதான். பெரியாரின் பொன்மொழிகள், பெரியாரின் உரைகள் கொண்ட பிரசுரங்கள் அவை. அவற்றுக்கு அர்த்தம் சொல்லி விளக்குவார். அவரால், எனக்கு நினைவு தெரிந்த நாளிலிருந்தே கடவுள் நம்பிக்கை இல்லாமல் போய்விட்டது. அதைவிட முக்கியமான விஷயம் பேய்களின்மீது பயம் இல்லாமல் போய்விட்டது.

அப்போதெல்லாம் எங்கள் தெருவுக்கு மின் இணைப்பு வரவில்லை. எனவே தெருவிளக்கு இல்லை. வீடுகளில் எரியும் மண்ணெண்ணெய் விளக்குகளிலிருந்து தப்பித்து தெருவில் விழும் வெளிச்சத்தைக்கொண்டுதான் இரவில் பாதையைக் கண்டுபிடிக்கவேண்டும். இருட்டிவிட்டால் வீடுகளைச் சுற்றிப் பேய்கள் உலவுவதாகவும், சின்னப்பிள்ளைகளைக் கண்டால் தூக்கிக்கொண்டு போய்விடும் என்றும் ஆளாளுக்கொரு கதை சொல்வார்கள். எங்கள் வீட்டுக்கு எதிர்ப்புறத்தில் சற்று தொலைவில் பக்கத்து கிராமத்தின் சுடுகாடு இருந்தது. புதைக்கவும் எரிக்கவும் அங்குதான் பிணங்களைக் கொண்டுவருவார்கள். பனைமரங்களும், தாழம் புதர்களும் அடர்ந்த அந்த சுடுகாடு திறந்தவெளிக் கழிப்பிடமாகவும் பயன்பட்டு வந்தது. காற்று திசைமாறி அடிக்கும்போது பிணம் எரியும் நாற்றம் எங்கள் தெருவைச் சூழ்ந்துகொள்ளும். பேய்க் கதைகள் பெருகுவதற்கு அதைவிட தோதான சூழல் வேறென்ன இருக்க முடியும்?

என் அப்பா தனது இளம் வயதில் புகையிலை வியாபாரம் செய்தவர். எங்கள் கொல்லையிலேயே புகையிலை வளர்த்திருக்கிறோம். புகையிலைகளைப் பாடம் செய்யும் பக்குவம் அவருக்குத் தெரியும். கட்டைவண்டியில் சந்தை கூடும் ஊர்களுக்குக் கொண்டுசென்று புகையிலையை விற்பது அப்பாவின் வழக்கம். இரவு நேரத்தில் அப்படிப் போகும்போது நான்கைந்து வண்டிகளாகச் சேர்ந்து வரிசையாக செல்வார்களாம். அந்தப் பயணங்களில் பலமுறை அவர் பேய்களைச் சந்தித்ததாகச் சொல்வார். அவர் சொல்லும் சம்பவங்களில் பெரும்பாலும் பேய் சிவப்புப் புடவை அணிந்து தலைவிரிகோலமாகப் பெண் உருவில்தான் வரும். பேயை எதிர்கொள்ள தீப்பெட்டி அவசியம். பேட்டரி லைட் வெளிச்சத்தை முகத்தில் அடிப்பது, சாட்டையால் அடிப்பது, சூடத்தை ஏற்றிக் காட்டுவது – எனப் பேயை விரட்ட பல்வேறு டெக்னிக்குகளை அப்பா கைவசம் வைத்திருந்தார். கண்ணையன் சார் சொல்லித் தந்திருந்த பகுத்தறிவு விளக்கங்கள் அப்பா சொல்லும் பேய் கதைகளின்போது மட்டும் நைந்து பலவீனமாவதை நான் உணர்ந்திருக்கிறேன். பெரியவர்களுக்கு

கடவுள்கள் இல்லாத உலகமும் சிறுவர்களுக்குப் பேய்கள் இல்லாத உலகமும் சுவாரஸ்யம் இல்லாதவை என்பது அப்போது புரியவில்லை.

எங்கள் பகுதி முழுவதும் அப்போது திமுகவுக்கு ஆதரவாகத்தான் இருந்தது. அதிலும் தலித் மக்கள் பெரும்பாலும் திமுகவையே ஆதரித்தார்கள். எங்கள் சீர்காழி தாலுக்காவில் முத்தையா பிள்ளை என்பவர்தான் காங்கிரஸின் முகமாக இருந்தார். அவருக்கு ஏராளமாக நிலம் இருந்தது. கிராமங்களில் அவரைப் பற்றி எதிரான கருத்துகள் பரவிக்கிடந்தன. சீர்காழியில் கே.பி.எஸ். மணி என்ற தலித் தலைவர் இருந்தார். பார்க்கவே கம்பீரமாக இருப்பார். அவர் ஒரு மோட்டார் சைக்கிளில்தான் பயணம் செய்வார். ராணுவத்தில் இருந்தவர். முத்தையா பிள்ளைக்கு அவர்தான் சிம்ம சொப்பனமாக இருந்தார். காங்கிரஸ்காரர்களைக் கேலிசெய்து திமுகவினர் மேற்கொண்ட பிரச்சாரத்தை எதிர்கொள்ளக்கூடிய சக்தி காங்கிரஸ்காரர்களுக்கு அப்போது இல்லை. திமுக பொதுக்கூட்டங்களில் கலைநிகழ்ச்சி என்று ஒன்றை நடத்துவார்கள். ‘பலகுரல் மன்னன்’ முருகுபாண்டியன் என்பவரது கலைநிகழ்ச்சி கொள்ளிடத்தில் அடிக்கடி நடக்கும். அவரது நிகழ்ச்சியைக் கேட்டால் அதன்பிறகு காமராஜர் என்ற பெயரைக் கேட்டாலே சிரிப்பு வந்துவிடும். அந்த அளவுக்கு காமராஜரைக் கேலிசெய்வதாக அவரது கலைநிகழ்ச்சி இருக்கும். காமராஜருக்கு ஆங்கிலம் தெரியாது என்பதை விதம்விதமாகக் கேலி செய்வார் முருகுபாண்டியன். காமராஜர் ரஷ்யாவுக்குச் சென்றபோது அங்கு நடந்ததாக முருகுபாண்டியன் விவரிக்கும் உரையாடல் எப்போது நினைத்தாலும் சிரிக்க வைக்கும்.

அண்ணாவின் படத்துக்கு அருகிலேயே உட்கார்ந்திருந்த நான் அண்ணாவின் மரணத்தையொட்டி மெட்ராஸ் முழுக்க ஒரே கூட்டமென்றும் அதைப் பற்றி வானொலியில் சொல்கிறார்கள் என்றும் கேள்விப்பட்டு கடைத்தெருவுக்கு ஓடினேன். நாலைந்து வெற்றிலை பாக்குக் கடைகள், ஒரு சலூன், இரண்டு டீக்கடைகள் ஒரு மளிகைக் கடை கொண்டதுதான் எங்கள் கிராமத்தின் கடைத்தெரு. அதில் பாய் ஒருத்தர் வைத்திருந்த வெற்றிலை பாக்குக் கடையில் ரேடியோ இருந்தது. அதில் தவறாமல் அவர் நியூஸ் கேட்பார். மாலை நேரத்தில் சிலோன் ஸ்டேஷனிலிருந்து ஒலிபரப்பாகும் பாடல்கள் அற்புதமாய் ஒலிக்கும். அங்கே போனேன். அந்த ரேடியோவில் அண்ணாவின் மரணம் குறித்த நேரடி வர்ணனை ஒலிபரப்பாகிக்கொண்டிருந்தது. அதைக் கொஞ்ச நேரத்துக்குமேல் கேட்க முடியவில்லை. வீட்டுக்குத் திரும்பிவிட்டேன். வீட்டுக்கு வந்து அண்ணா படத்துக்கு முன்னால் அமர்வதும் மீண்டும் கடைக்குப் போய் ரேடியோவில் செய்தியைக் கேட்பதுமாக அலைபாய்ந்துகொண்டிருந்தேன்.

நான் படித்த பஞ்சாயத்து யூனியன் துவக்கப்பள்ளி எங்கள் ஊர் முஸ்லிம் தெருவில் பள்ளிவாசலையொட்டி பள்ளிவாசலுக்குச் சொந்தமான கட்டிடத்தில் இருந்தது. பள்ளிக்கும் பள்ளிவாசலுக்கு இடையே இருந்த இடத்தில் வேப்பமரங்களின் நிழலில் விளையாடுவதற்கு சருக்கு மரமும் உயரம் தாண்டி விளையாடுவதற்கு ஒரு கம்பியும் இருக்கும். பள்ளிவாசல் வளாகத்தில் நெடிதுயர்ந்த இலவம் மரங்கள் நிற்கும். முஸ்லிம் தெருவில் இறப்பவர்களைப் புதைப்பதற்கான 'மவுத் கொல்லை' எங்கள் பள்ளியை ஒட்டித்தான் இருந்தது. அதுவொரு அடர்ந்த மாந்தோப்பு. அங்கே எங்களை போகக்கூடாது எனப் பயமுறுத்துவதற்காக பிள்ளைகளுக்கு ஏராளமான ஜின் கதைகளைச் சொல்லி வைத்திருந்தார்கள். என்னுடன் படித்த முஸ்லிம் பிள்ளைகள் அதை என்னிடம் சொல்வார்கள். எனக்கோ ஜின்களின் மீது நம்பிக்கை இல்லை. எனவே காலை நேரத்தில் யாருக்கும் தெரியாமல் மாந்தோப்புக்குள் போவேன். கொஞ்ச தூரம் போனதும் பாம்பு பயம் வந்துவிடும் திரும்பி ஓடிவந்துவிடுவேன்.

மேரிபாபு டீச்சரின் செல்லப் பிள்ளை நான். அவர்தான் ஒன்றாம் வகுப்பு டீச்சர். என்னை யார் தன்னோடு வைத்துக் கொள்வது என்பதில் மேரி பாபு டீச்சருக்கும் கண்ணையன் சாருக்குமிடையில் போட்டியே நடக்கும். நான் மற்ற பிள்ளை களோடு சேர்ந்து விளையாடியதைவிடவும் அந்த இரண்டு ஆசிரியர்களோடு இருந்த நேரம்தான் அதிகம். நான் ஆரம்பப் பள்ளி மாணவனாக இருந்தபோது நகம் கடிக்கும் பழக்கம் எனக்கு இருந்தது. அதை மாற்றுவதற்கு கண்ணையன் சார் எவ்வளவோ முயற்சி எடுத்துப் பார்த்தார். வகுப்புக்குப் போனதும் வேப்பங்குச்சிகளை சிறு சிறு துண்டுகளாக வெட்டி விரலோடு நூலால் கட்டிவிட்டுக்கூடப் பார்த்தார். ஆனால் அந்தப் பழக்கத்தை இன்றுவரை என்னால் விடமுடியவில்லை.

நான் படிக்கும் காலத்திலேயே பள்ளியில் மதிய உணவுத் திட்டம் நடைமுறையில் இருந்தது. கோதுமை உப்புமா, பால் பவுடரைக்கொண்டு தயாரித்த பால் எல்லாம் தருவார்கள். "கோதுமை உப்புமா நல்லா இருக்காது. அதுல ஒரே புழுவா கெடக்கும். நீ வீட்டுக்கு வந்துடு" என்று அம்மா சொல்லிக்கொண்டே இருப்பார். அவர் சொன்னது உண்மைதான். பள்ளியிலேயே கோதுமையை சமையல்காரர்கள் சலிப்பார்கள். அப்போது அதிலிருந்து வண்டுகளையும், புழுக்களையும் பிரித்தெடுப்பதை நான் பார்த்திருக்கிறேன். கோதுமை உப்புமா மீது அப்போது ஏற்பட்ட ஒவ்வாமை இன்னும்கூட என்னை விடவில்லை.

நான் எனது பெற்றோருக்கு வெகுகாலம் கழித்துப் பிறந்த

ஒரே பிள்ளை. 'கோயில் கோயிலா ஏறி எறங்கி தவமா தவமிருந்து' என்னைப் பெற்றதாக என் அம்மா சொல்வார்.' அந்த சாமிதான் ஒன்ன இப்புடி பேசச் சொல்லி அனுப்பியிருக்கு' என்பார். நான் கடவுளை மறுத்துப் பேசுவதை என் அப்பா பெருமையாகப் பார்த்துக்கொண்டிருப்பார்.

○

ஆரம்பப் பள்ளி முடித்ததும் என்னை ஹைஸ்கூலில் சேர்ப்பது பற்றிய பேச்சு வந்தது. எங்கள் கிராமத்துக்கு அருகிலிருந்த டவுன் கொள்ளிடம். அங்கே எட்டாம் வகுப்பு வரைக்குமான மிடில் ஸ்கூல்தான் இருந்தது. நாலைந்து கிலோ மீட்டர் தள்ளி சீர்காழி போகும் நெடுஞ்சாலையில் ஆயங்குடிப்பள்ளம் என்ற ஊரில் ஒரு தனியார் ஹைஸ்கூல் இருந்தது. அங்கு சேர்க்கலாம் என்று அப்பா சொன்னார். ஆனால் எனக்கோ சிதம்பரம் சென்று படிக்க வேண்டும் என்று ஆசை. என் தாய் மாமா மகன் எங்கள் வீட்டில் தங்கி தினமும் ரயிலில் போய் சிதம்பரத்தில் உள்ள தனியார் பள்ளி ஒன்றில் படித்து வந்தார். அவர் படிக்கும் பள்ளியிலேயே என்னைச் சேர்க்கவேண்டுமென்று நான் அடம் பிடித்தேன். வேறு வழியின்றி என் அப்பாவும் அதற்கு சம்மதித்தார்.

சிதம்பரத்திலிருக்கும் ஸ்ரீ ராமகிருஷ்ணா வித்யாலயாவில் சேராது போயிருந்தால் இப்போதிருப்பதுபோல எனது வாழ்க்கை இருந்திருக்காது. அங்கிருந்த கல்விச்சூழல் அற்புதமானது. ஒரு 'மாடல் ஸ்கூல்' போலத்தான் அதை நடத்தினார்கள். தனியார் பள்ளியென்றாலும் கட்டணம் குறைவுதான். அந்தப் பள்ளியை நடத்திய ரத்தினசாமி செட்டியார் சிதம்பரத்தில் பெரிய நகைக்கடை ஒன்றையும் நடத்தி வந்தார். வள்ளல் என்று பெயரெடுத்தவர். பள்ளியிலிருந்து சம்பாதிக்கவேண்டும் என்ற எண்ணம் இல்லாதவர். அதனால் நல்ல ஆசிரியர்கள் அந்தப் பள்ளியில் இருந்தார்கள்.

எம்கேஎம் என்று அழைக்கப்பட்ட கமலமூர்த்தி சாரின் கனிவான முகமும் அச்சடித்ததுபோல இருக்கும் அவரது கையெழுத்தும் இப்போதும் கண்ணில் தெரிகின்றன. ட்ராயிங் மாஸ்டராக இருந்த கபீர்தாஸ் ஓவியம் கற்றுக்கொடுப்பதைவிடவும் ஆங்கில இலக்கணம் போதிப்பதில் விருப்பம் உள்ளவர். அவரிடம் மட்டும்தான் எனது வாழ்க்கையில் ஒரே ஒரு முறை அடி வாங்கியிருக்கிறேன். ஆறாம் வகுப்பில் ட்ராயிங் நோட்டில் மெழுகுவர்த்திகள் எரிவதுபோல வரையச் சொன்னார். வரைந்து திருத்துவதற்காக அவரிடம் காட்டினேன். சுடர் ஒருபக்கமாக சாய்ந்து இருந்தது. "ஏன் இப்படி கோணலாகப் போட்டிருக்க?" என்றார். "காத்து அடிக்குது அதான் சாஞ்சிருக்கு" என்று நான்

பதில் சொன்னேன். முதுகில் வைத்தார் ஒரு அறை. அந்த அடி என்னை உசுப்பிவிட்டது. அவரைவிட நன்றாக வரைந்து ஓவியத்தில் கெட்டிக்காரனாக வேண்டும் என்று ஒரு வெறி மனதில் ஏற்பட்டுவிட்டது. என் உறவுக்காரரான கலியபெருமாள் அப்போது அண்ணாமலைப் பல்கலைக்கழகத்திலிருந்த ஓவியக் கல்லூரியில் படித்துக்கொண்டிருந்தார். அவரோடு அவ்வப்போது சுற்ற ஆரம்பித்தேன். மைக்கேல் ஆஞ்சலோவும், டாவின்சியும், பிகாஸோவும் அவர்மூலம் அறிமுகமானார்கள். அவரும் அவரது நண்பர்களும் நடராஜர் கோயிலுக்குள் சென்று சிலைகளை ஸ்கெட்ச் செய்வார்கள். அவர்களோடு ஓரிரு சமயம் நானும் சென்றிருக்கிறேன். ஓவியத்தை எப்படிப் புரிந்துகொள்வது என்பதை மட்டுமின்றி சினிமாவை எப்படிப் பார்க்கவேண்டும் என்பதையும் அவர்கள்தான் எனக்குக் கற்றுத் தந்தார்கள். சிதம்பரத்தில் நடராஜா தியேட்டர் என ஒன்று இருந்தது. அதில் சனி, ஞாயிறு காலைக்காட்சியில் ஆங்கிலப் படங்களைத் திரையிடுவார்கள். சார்லி சாப்ளினின் படங்களையும், பென்ஹர், மெக்கனாஸ் கோல்டு உள்ளிட்ட அற்புதமான பல வரலாற்றுப் படங்களையும் அவர்களோடுதான் நான் பார்த்தேன். படம் பார்க்கும்போது அந்தக் காட்சியில் வரும் ஒளியமைப்பு பின்னணி இசை, அரங்கப் பொருட்கள், உடை அலங்காரம் என ஒவ்வொன்றாகச் சொல்லி அவர்கள் விவாதிப்பார்கள். திரைப்படத்தை ஓவியங்களாகவும்; சினிமா திரையை ஓவியம் வரையும் கித்தானாகவும் பார்ப்பது ஓவியர்களுக்கு மட்டும் தான் சாத்தியம் என்று நினைக்கிறேன். அவர்களோடு சேர்ந்து அந்தப் பயிற்சி எனக்கும் கொஞ்சம் கிடைத்தது. எங்கள் பள்ளியின் வெள்ளிவிழாவின்போது ஒரு ஓவியப் போட்டி வைத்தார்கள். அதில் கலந்துகொண்டு பரிசு வாங்கினேன். பரிசாகக் கிடைத்தது ஒரு பிளாஸ்டிக் டம்ளர்தான் என்றாலும் அது எனக்குப் பெரிய பொக்கிஷமாகவே தெரிந்தது. அன்றுதான் கபீர்தாஸ் அடித்த அடியின் வலி மறைந்தது.

தமிழ் ஆசிரியர்களாக இருந்த சிதம்பர நடராசன், அ.கல்யாண சுந்தரம், ஞானஸ்கந்தன் மூவருமே தனித்துவமானவர்கள். சிதம்பர நடராசன் சிலேடையாகப் பேசுவார். அ.கல்யாணசுந்தரம் வசதியான குடும்பத்தைச் சேர்ந்தவர். தினமும் சட்டைப் பாக்கெட்டில் கற்றையாகப் பென்சில்களோடு வருவார். பாடம் நடத்திக்கொண்டிருக்கும்போது ‘இந்தக் கருத்துக்குப் பொருத்தமாக ஒரு திருக்குறள் இருக்கிறது, சொல்லுங்கள் பார்ப்போம்’ என்பார். சரியாகச் சொல்லும் மாணவனுக்கு ஒரு பென்சிலைப் பரிசாகத் தருவார். ஒரு முறை பள்ளியிலிருந்த மாணவர்கள் அத்தனை பேருக்கும் மு.வ உரை எழுதிய திருக்குறள் புத்தகத்தைத் தனது சொந்த பணத்தில் வாங்கி இலவசமாகக் கொடுத்தார். அவரிடம்

பரிசு வாங்க வேண்டும் என்பதற்காகவே திருக்குறளை மீண்டும் மீண்டும் படித்தேன்.

ஞானஸ்கந்தன் தமிழ் இலக்கணத்தில் திறமைசாலி. அதை அலுப்பு தெரியாமல் நடத்துவார். சிதம்பரம் நடராஜர் கோயிலில் தீக்ஷதராகவும் அவர் இருந்தார். கீழ்பாய்ச்சிக் கட்டிய வேட்டி, நீண்ட அங்கவஸ்திரம், முன்பக்கம் மழித்த தலை சைடில் குடுமி, சிவப்புக் கல் பதித்த கடுக்கண். தெற்றுப் பல் தெரிய அவர் சிரித்தால் அழகாக இருக்கும். ஒன்பதாம் வகுப்பு படிக்கும்போதே எங்களை வெண்பா எழுதப் பழக்கியவர். வகுப்புக்கு வந்ததும் அன்று நடத்தப்போவது எந்தப் பாடமாக இருந்தாலும் ஈற்றடி ஒன்றை போர்டில் எழுதிப்போடுவார். வகுப்பு முடிவதற்குள் எல்லோரும் அதை வைத்து வெண்பா எழுதிக் காட்டவேண்டும். என் வகுப்பில் குணசேகரன் என்று ஒரு மாணவன் இருந்தான். சுண்டெலி போல மிகவும் சிறியவனாக இருப்பான். படு சுட்டி. அட்டெண்டன்ஸ் எடுக்கும்போது வகுப்பிலிருக்கும் பீரோவுக்குள் ஒளிந்துகொண்டு அங்கிருந்து 'யெஸ் சார்' என்பான். ஆனால் ஆசிரியர்கள் அவன்மீது கோபப்பட மாட்டார்கள். ஒருமுறை 'குள்ளன் குணசேகரன்' என ஈற்றடி கொடுத்து எங்களை ஞானஸ்கந்தன் சார் வெண்பா எழுதச் சொன்னார். நான் சட்டமன்ற உறுப்பினரான பின்னர் ஒருநாள் அவரைத் தேடிப்போய் பார்த்தேன். என்னை அவருக்கு நினைவில் இல்லை. மிகவும் சந்தோஷப்பட்டார். கல்விப் பிரச்சனைகள் குறித்த 'கற்றனைத்தூறும்' என்ற எனது நூலை அவருக்குத்தான் சமர்ப்பணம் செய்தேன்.

எனக்கு அறிவியல் ஆசிரியராக இருந்த ராமமூர்த்திதான் முதன்முதலில் என்னை மைக்கில் பேச வைத்தவர். அவரது வகுப்பில் ஒவ்வொரு வாரமும் வெள்ளிக்கிழமை மாலை ஒரு மாணவன் ஏதேனும் ஒரு தலைப்பில் பேசவேண்டும். என்னை ஜே.சி.போஸ் குறித்துப் பேசும்படி சொல்லிவிட்டார். பள்ளி நூலகத்தில் போய் புத்தகம் எடுத்து நானே ஒரு கட்டுரையைத் தயார் செய்து அவரிடம் காட்டி திருத்தி வாங்கிக்கொண்டேன். மீண்டும் மீண்டும் படித்து மனப்பாடமும் செய்துவிட்டேன். ஆனால் அதை மைக்கின் முன்னால் நின்று பேசவேண்டும் என்பதில்தான் பிரச்சனை. வகுப்பு மாணவர்கள் மட்டும்தான் பார்வையாளர்கள் என்றாலும் பேச ஆரம்பித்ததும் கை நடுங்குகிறது, நாக்கு வறண்டுபோய்விட்டது. சில நிமிடங்கள் சென்றதும் பயம் தெளிந்துவிட்டது. மாணவர்களுக்கு அறிவியல் அறிவை வளர்ப்பதில் அவர் கூடுதல் அக்கறை எடுத்துக்கொள்வார். வெளிநாடுகளில் தயாரிக்கப்பட்ட சயன்ஸ் டாக்குமெண்டரி படங்களைக் கொண்டுவந்து பள்ளியில் திரையிடுவார்.

எங்கள் பள்ளியில் இருந்த மிகவும் வித்தியாசமான ஆசிரியர் வி.எஸ்.சடகோபன். அவர் புவியியல் பாடம் எடுப்பதே அலாதியாக இருக்கும். "பாடப் புத்தகத்தைப் படிக்காதீங்க. அதுல எல்லாமே தப்பு தப்பா போட்டிருக்கு" என்பார். சாக்பீசை எடுத்து போர்டில் அனாயசமாக எந்தவொரு மேப்பையும் வரைவார். அவர் பேசுவது முதல் பெஞ்சில் இருப்பவர்களுக்கே கேட்காது. குரல் அப்படி. குரலைப் போலவே உருவமும் சிறியதாக இருக்கும். வக்கீலுக்குப் படித்தவரென்றும் குரல் சரியாக இல்லை என்பதால் ஆசிரியராக வந்துவிட்டாரென்றும் சொல்வார்கள். அவரிடம் நல்ல பெயர் வாங்கிவிடவேண்டும் என்பதற்காக புவியியல் பாடங்களை மிகுந்த அக்கறையோடு படித்தேன். அட்லஸை வைத்துக்கொண்டு அவரைப் போலவே மேப் வரைந்து பார்ப்பேன். மார்க் போடுவதில் மகா கஞ்சர். அவர் வகுப்பில் நான்தான் முதல் மதிப்பெண் எடுப்பேன். நான் எடுத்த முதல் மதிப்பெண் 38 தான்!

ஆரம்பப் பள்ளியில் கண்ணையன் சார் என்னுள் ஊன்றிவிட்ட அரசியல் விதையை உயர்நிலைப் பள்ளியில் மரமாக வளர்த்துவிட்டவர் சிங்காரவேலு. நடக்க முடியாத அளவுக்குப் பெரிய உருவம். அவர் ஆங்கிலப் பாடங்களை நடத்தும்போது அப்படி இப்படி பார்க்க முடியாது. அவ்வளவு ஈர்ப்பாக இருக்கும். அதிலும் ஆங்கிலக் கவிதைகளை அவர் நடத்தும்விதம் தனி அழகு. ஜான் கீட்ஸ் எழுதிய புகழ்பெற்ற பாடலான லா பெல்லெ டாம் சேன்ஸ் மெர்ஸி (La Belle Dame sans Merci), ஷெல்லி எழுதிய கவிதையான ஓஸிமாண்டியஸ் (Ozymandias) ஆகியவை எங்களுக்குப் பாடமாக வைக்கப்பட்டிருந்தன. அவற்றை அவர் நடத்தும்போது இசை நாடகம் ஒன்றைப் பார்ப்பது போலிருக்கும். "My name is Ozymandias, king of kings" என்று அவர் உச்சரித்தது இப்போதும் காதில் கேட்கிறது. மாமன்னர்களும் காணாமல் போய்விடுவார்கள், புகழும் நிலையாதது என்பதை அந்தக் கவிதை மூலமாக அற்புதமாக அவர் எடுத்துச் சொன்னது இன்னும் எனக்கு மறக்கவில்லை.

சிங்காரவேலு சார் எம்ஜிஆரின் தீவிர ரசிகர். எம்ஜிஆர் படம் ரிலீஸானால் அவரே காசு கொடுத்து மணவர்களை வகுப்பை 'கட்' அடித்துவிட்டு சினிமாவுக்குப் போகச் சொல்வார். அந்த அளவுக்கு தீவிர ரசிகர். அண்ணாமலைப் பல்கலைக்கழகத்தில் அன்றைய முதலமைச்சராக இருந்த கலைஞருக்கு டாக்டர் பட்டம் கொடுக்கப்பட்டதும் அப்போது உதயகுமார் என்ற மாணவர் மர்மமாக இறந்துபோனதும் சிதம்பரத்தில் பெரும் அதிர்வுகளை ஏற்படுத்தியிருந்தன. திமுக ஆதரவாளர்கள்கூட ஆட்சியின்மீது அதிருப்தியை வெளிப்படுத்த ஆரம்பித்திருந்தார்கள். சிங்காரவேலு

சார் கலைஞரை விமர்சித்தும் எம்ஜிஆரை ஆதரித்தும் வகுப்பில் பேசுவார். அந்த நேரத்தில்தான் எம்ஜிஆரை திமுகவிலிருந்து நீக்கிவிட்டார்கள்.

எம்ஜிஆர் நீக்கப்பட்டதற்கு எதிர்ப்பு தெரிவித்து எங்கு பார்த்தாலும் மாணவர் போராட்டம் நடப்பதாக செய்திகள் வந்துகொண்டிருந்தன. அந்த நாட்களில் சிங்காரவேலு சார் காலையில் பள்ளியின் வெளியிலேயே ஓரமாக நின்று கொள்வார் மாணவர்களை அழைத்து ஸ்ட்ரைக் செய்யுங்கள் என்று தூண்டி விடுவார். நாங்கள் கும்பலாக நின்று கோஷம் போடுவோம். உடனே லீவ் விட்டுவிடுவார்கள். அப்போதும் சிங்காரவேலு சார் ஓயமாட்டார். மற்ற பள்ளிகளுக்கும் சென்று வகுப்புகளைக் கலையுங்கள் என்பார். நாங்கள் உற்சாகமாகக் கிளம்பிவிடுவோம். சிதம்பரம் நகரிலிருந்த நாவலர் ஸ்கூல், செட்டியார் ஸ்கூல், பச்சையப்பன் ஸ்கூல் என ஒவ்வொன்றாகச் சென்று கூச்சலிடு வோம். அந்த மாணவர்களும் சேர்ந்துகொள்வார்கள். இது மதியம் வரை நடக்கும். அப்புறம் மேட்னி ஷோவுக்குப் போய்விடு வோம். ஒரு வாரத்துக்கும் மேல் இப்படி நடந்தது. திமுக ஆட்சி மீதான அதிருப்தி அதிகரித்தாலும் என்னால் எம்ஜிஆர் ஆதரவாளனாக மாறமுடியவில்லை. அந்த நிலையில்தான் இடதுசாரிக் கருத்துகளை நோக்கி நான் ஈர்க்கப்பட்டேன். ஆனாலும் கல்யாணசுந்தரம் போன்றவர்கள் எம்ஜிஆரை ஆதரித்தது எனக்கு வியப்பாகவே இருந்தது. அவரை ஒரு கம்யூனிஸ்டாகவே என்னால் ஏற்றுக்கொள்ளமுடியவில்லை. என் சந்தேகம் சரிதான் என்பதை அவசரநிலைக் காலம் உறுதிசெய்தது. இந்திய கம்யூனிஸ்ட் கட்சியும், எம்ஜிஆரும் எமர்ஜென்சியை ஆதரித்தபோது திமுக அதை எதிர்த்தது. திமுக ஆட்சிமீது எனக்கிருந்த அதிருப்தியெல்லாம் மறைந்துபோய் ஒவ்வொருநாளும் *முரசொலியை*த் தேடிப் படிக்கும் நிலை ஏற்பட்டது.

○

கல்லூரியில் எனக்கு ஆசிரியர்களாக இருந்தவர்களில் என்மீது மிகுந்த தாக்கம் ஏற்படுத்தியவர் எனது சட்டக் கல்லூரிப் பேராசிரியர் திரு ஜெயபால் தான். அண்ணாமலைப் பல்கலைக்கழக சட்டக் கல்லூரியில் உதவிப் பேராசிரியராக பணியில் சேர்ந்த அவர் நான் பட்டப்படிப்பை முடிக்கும்போது துறைத் தலைவராக பதவி உயர்வு பெற்றுவிட்டார். நான் பி.எல். பட்டம் பெற அவர்தான் காரணம்.

ஆண்டவன் கட்டளை சினிமாவில் வரும் சிவாஜிகணேசன் போல கம்பீரமாக வகுப்புக்கு வருவார். சென்னை உயர்நீதி

மன்றத்தில் சிவில் வழக்குகளில் ஆஜராகி வெற்றிகரமான வழக்கறிஞராகத் தொழில் செய்துவந்த அவர் அந்தத் தொழில் பிடிக்காமல் பேராசிரியராக வந்துவிட்டார் என்று சொல்வார்கள். கோர்ட் ப்ராக்டிஸ் குறித்து அவருக்கு ஒருநாளும் நல்ல அபிப்ராயம் இருந்ததில்லை. ஒவ்வொருநாளும் பாடம் எடுத்து முடித்துவிட்டு இரண்டு விஷயங்களை மறக்காமல் செய்வார்: போர்டில் எழுதியதை டஸ்டரைக் கொண்டு அழிப்பார். அப்படி அழிக்கும்போது "வேலை கெடச்சா வேலைக்குப் போய்டுங்க, கோர்ட்டுக்குப் போகாதீங்க" என்று சொல்வார்.

நான் சட்டக் கல்லூரியில் படித்துக்கொண்டிருந்தபோது முதலாண்டு முடிவிலேயே சென்னை உயர்நீதிமன்றத்தில் எழுத்தர் வேலை எனக்குக் கிடைத்தது. 1981ஆம் ஆண்டு பிப்ரவரி மாதம் அதற்கான உத்தரவு வந்தது. உயர்நீதிமன்ற நீதிபதியாக இருந்து, தற்போது பிற்படுத்தப்பட்டோர் ஆணையத்தின் தலைவராக இருக்கும் திரு ஜனார்த்தனம் அவர்கள் சென்னை உயர்நீதிமன்றப் பதிவாளராக இருந்தபோதுதான் முதன்முறையாக போட்டித் தேர்வு நடத்தி பணி நியமனம் செய்தார்கள். அந்த போட்டித் தேர்வை எழுதி அதில் தேர்வு செய்யப்பட்டு அதன்பின்னர் நேர்முகத் தேர்விலும் தேர்வாகி அந்த வேலைக்கான உத்தரவு வந்தபோது நான் மகிழ்ச்சியடையவில்லை. பி.எல் படிப்பை முடிக்கவேண்டும் என்ற விருப்பம் மட்டுமல்ல அதற்குக் காரணம். அதுவரை திராவிடர் கழகக் கொள்கையில் பற்று கொண்டு அதன் மாணவர் அமைப்பில் செயல்பட்டுக்கொண்டிருந்த எனக்கு அப்போதுதான் மார்க்சிய லெனினிய அரசியல் அறிமுகமாகியிருந்தது. ஒரு கருத்து பௌதீக ஆற்றலைப் பெறும் மாயத்தை நான் அனுபவிக்கத் தொடங்கியிருந்த காலம் அது. புரட்சி என்ற ஒற்றைச் சொல் ஒருவரின் வாழ்க்கையை எப்படியெல்லாம் ஆட்டிப்படைக்க முடியும் என்பதற்கு என் வாழ்க்கை ஒரு உதாரணம்.

உயர்நீதி மன்றத்தில் முதல்முறையாகக் கிடைத்த வேலையைப் பற்றி அப்போது சிதம்பரத்தில் டாக்டராக இருந்த வள்ளல்பெருமானிடமும், எனது வகுப்பு ஆசிரியர் ஜெயபாலிடமும்தான் சொன்னேன். ஜெயபால் அவர்கள் எனக்குத் தந்த அறிவுரை 'இதை உன் நண்பர்கள் எவரிடமும் சொல்லாதே' என்பதுதான். வேலையில் இருந்துகொண்டே படிக்கலாம். எனவே இந்த வேலையில் உடனே சேர்ந்துவிடு என்றார். டாக்டர் வள்ளல் பெருமானோ என்னை உயர்நீதிமன்ற வழக்கறிஞர் ரஷீத் என்பவரிடம் அனுப்பினார். அவரது சிபாரிசில் என்னை நோட்டீஸ் செக்ஷனில் போட்டார்கள். ஆனால் அந்த வேலை ஒருமாதம்கூட நீடிக்கவில்லை. ராஜினாமா கடிதத்தை

எழுதி சிதம்பரம் ஆர்.எம்.எஸ். போஸ்ட் ஆபீசில் போட்டுவிட்டு பி.எல். படிப்பைத் தொடர்ந்தேன்.

திரு.ஜெயபால் சிவில் சட்டங்களில் வல்லவர் என்றாலும் அவரது திறன் முழுதுமாக வெளிப்பட்டது காண்ட்ராக்ட்ஸ் பாடத்தில்தான். நான் மூன்றாண்டு சட்டப் படிப்பையும் இரவல் புத்தகங்களிலும், நூலக உதவியிலும்தான் முடித்தேன். நான் விலைகொடுத்து வாங்கிய ஒரே புத்தகம் காண்ட்ராக்ட்ஸ் புத்தகம்தான். என்னுடன் சட்டப் படிப்பில் சேர்ந்த கணிவண்ணன் என்ற நண்பர் டெல்லியில் படிக்க இடம் கிடைத்ததால் இங்கிருந்து புறப்பட்டபோது அவர் புதிதாக வாங்கியிருந்த அந்தப் புத்தகத்தை தள்ளுபடி விலையில் எனக்குத் தந்தார். சோகம் என்னவென்றால் சில நாட்களிலேயே அந்தப் புத்தகத்தை நான் தொலைத்துவிட்டேன்.

பேராசிரியர் ஜெயபால் பாடம் நடத்தியதை நினைவுகூரும் போது அவர் புனே என்ற ஊரின் பெயரை ப்யூன் என்று உச்சரிப்பது நினைவுக்கு வருகிறது. அப்படித்தான் உச்சரிக்கவேண்டுமா? அவர் ஏன் அப்படி உச்சரித்தார் என்பது இப்போதும் எனக்கு விளங்கவில்லை. அவர் தினமும் கடலூரிலிருந்து ரயிலில் வந்துபோய்க் கொண்டிருந்தார். விழுப்புரத்திலிருந்து கடலூர் வழியாக மயிலாடுதுறை வரை செல்லும் பாசஞ்சர் ரயிலில் நூற்றுக்கணக்கான மாணவர்கள் அண்ணாமலைப் பல்கலைக்கழகத்துக்கு வந்து படித்தார்கள். அந்த மாணவர்களோடு அவரும் வருவார். கையில் புத்தகத்தோடு வகுப்பில் அவர் பாடம் நடத்தும் காட்சி இப்போதும் எனக்குப் பசுமையாக நினைவில் இருக்கிறது. கண்ணாடி அணிந்த அவரது முகம் மட்டுமல்ல அவரது குரலும் காதில் ஒலிக்கிறது.

சென்னை உயர்நீதிமன்றத்தில் வேலையில் சேர்ந்த நான் ஒன்றரை மாதத்தில் அதை ராஜினாமா செய்துவிட்டு வந்துவிட்டேன். தலைமைச் செயலகத்திலும், உயர்நீதிமன்றத்திலும் பணிபுரிபவர்கள் பி.எல். முடித்தால் அவர்களை ஜுடிஷியல் மாஜிஸ்ட்ரேட் ஆக நியமிக்கும் முறை முன்னர் இருந்தது. எம்.ஜி.ஆர் ஆட்சிக்கு வந்ததும் அது ரத்துசெய்யப்பட்டு கட்சி சார்புகொண்ட வழக்கறிஞர்கள் அந்தப் பதவிகளில் நியமிக்கப்பட்டார்கள். அதை எதிர்த்து வழக்கு தொடரப்பட்டது. நான் வேலையில் சேர்ந்த நேரத்தில்தான் அந்த வழக்கில் தீர்ப்பு வந்தது. அரசின் உத்தரவு செல்லும் என்று நீதிமன்றம் சொல்லிவிட்டது. எனவே அந்த வேலையில் இருப்பதால் பிரயோஜனம் இல்லை என்ற முடிவில் நான் ராஜினாமா செய்ய முடிவெடுத்தேன். இந்தக் காரணத்தைத் தாண்டி இன்னும் இரண்டு முக்கியமான காரணங்கள் இருந்தன– சென்னை எனக்குப் பிடிக்கவில்லை என்பது முதல் காரணம்.

இப்போதும் கூட அந்த ஒவ்வாமை என்னைவிட்டு அகலவில்லை. சென்னையில் நுழையும்போதே அங்கிருந்து கிளம்புவதைப் பற்றி சிந்திக்கத் தொடங்கிவிடுவேன். இரண்டாவது காரணம் சென்னை உயர்நீதிமன்றத்தில் நான் பணியில் இருந்த நோட்டீஸ் செக்ஷனில் இருந்த மூச்சுத் திணற வைக்கும் பிராமண ஆதிக்கச் சூழல். சென்னை உயர்நீதிமன்ற வரலாற்றில் போட்டித் தேர்வு நடத்தி தேர்வு செய்யப்பட முதல் பேட்ச் எங்களுடையதுதான் என நினைவு. அது அங்கிருந்தவர்களுக்குப் பிடிக்கவில்லை. என்னை ஒரு விரோதி போலவே அவர்களெல்லோரும் பார்த்தார்கள். அதனால் அங்கிருந்து தப்பித்து வெளியேறிவிடவேண்டும் முதல் நாளிலேயே எனக்குத் தோன்ற ஆரம்பித்துவிட்டது.

உயர்நீதிமன்றத்தில் வேலையில் இருந்தபோது நான் பிரசிடென்ஸி காலேஜின் விடுதியில் அங்கு தங்கிப் படித்துக் கொண்டிருந்த எனது நண்பரான வளையாபதியின் அறையில்தான் தங்கியிருந்தேன். அவர் எம்.எஸ்.சி. ஜியாலஜி படித்துக்கொண்டிருந்தார். (தற்போது நபார்டு வங்கியில் உயர்பதவியில் கேரளத்தில் இருக்கிறார்). விக்டோரியா ஹாஸ்டல் எனப்படும் அந்த விடுதி ஒரு கல்லூரி விடுதிக்கான எந்த வசதியும் இல்லாத ஒன்றாகும். சென்னையில் இருந்தாலும் சிறு நகரம் ஒன்றில் இருக்கும் ஆதிதிராவிட நலப் பள்ளியின் விடுதியைப்போலவே இருக்கும். குளியல் அறைகூட அங்கு ஒழுங்காக இருக்காது. திறந்தவெளியில்தான் குளிக்கவேண்டும்.

உயர்நீதிமன்ற வேலையைத் துறந்து மீண்டும் படிப்பைத் தொடர்ந்துகொண்டிருந்த எனக்கு 1982ஆம் ஆண்டு ரயில்வே துறையில் அசிஸ்டெண்ட் ஸ்டேஷன் மாஸ்டர் பதவிக்கு உத்தரவு வந்தது.அதுவும் போட்டித் தேர்வு எழுதி அதில் வெற்றிபெற்று அதன் பின்னர் நேர்முகத் தேர்வில் செலக்ட் ஆனதால் வந்த வேலைதான். பாலக்காடு டிவிஷனில் எனக்கு நியமனம் ஆகியிருந்தது. பாலக்காடு சென்று அங்கு மருத்துவ தேர்வுக்கு ஆஜர் ஆகி அதிலும் தேர்வான பின்னால் உடனடியாக பணி நியமன ஆணை வழங்கப்பட்டது. திருச்சியில் இருக்கும் ரயில்வே பிராந்திய பயிற்சிக் கல்லூரியில் ட்ரெயினிங். ரயில்வே வேலை கிடைத்ததும் நான் பேராசிரியர் ஜெயபாலிடம் சொன்னேன். உடனே அதில் சேர்ந்துவிடு என்று சொன்னார். பி.எல் பட்டம் பெறுவதைப் பற்றி கவலைப்படாதே அதற்கு நான் பொறுப்பு. நீ ரெகுலரிலேயே கோர்ஸை முடிக்க நான் ஏற்பாடு செய்கிறேன் என்று என்னை ஊக்குவித்தார்.

திருச்சியில் நான் ரயில்வே பிராந்திய பயிற்சிக் கல்லூரியில் தங்கி இருந்த சமயத்தில் ஒருநாள் நான் தங்கியிருந்த இடத்துக்குத் திடீரென்று ஜெயபால் வந்தார். நான் அவரை

எதிர்பார்க்கவில்லை. ஒரு வேலையாக திருச்சி வந்தேன் உன்னைப் பார்க்க வேண்டுமெனத் தோன்றியது என்றார். எனக்கு ஆச்சர்யம் தாளவில்லை. "உன்னுடைய இயல்புக்கு கோர்ட் ப்ராக்டிஸ் ஒத்து வராது. அது மோசமானவர்களின் புகலிடமாகிவிட்டது. உன்னைப் போன்றவர்களால் அதில் பணமும் சம்பாதிக்கமுடியாது. நம்மைப் போன்றவர்களை எப்படி ஏமாற்றுவது என்பது கட்சிக்காரர்களுக்கு நன்றாகத் தெரியும்.ஃபீஸ் கேட்டால் கையை விரிப்பார்கள். பாக்கெட்டில் கையைவிட்டு எடுக்க நம்மால் முடியாது. நீ இந்த வேலையை விட்டுவிடாதே" என்றார்.

ரயில்வே வேலையில் சேர்ந்ததை வீட்டில் சொல்லிவிட்டேன். அப்பாவும் அம்மாவும் உண்மையிலேயே சந்தோஷப்பட்டார்கள். எங்கள் ஊரில் ரயில்வே ஸ்டேஷன் இருந்தது. பேருந்து பயணத்தைவிட ரயில் பயணம்தான் எங்கள் ஊரில் பிரசித்தம். ஸ்டேஷன் மாஸ்டருக்கு ஸ்டேஷனுக்கு அருகிலேயே பெரிய வீடு தருவார்கள், இந்தியா முழுக்க குடும்பத்தோடு இலவசமாகப் பயணம் செய்வதற்கு பாஸ் கொடுப்பார்கள் என்பதுபோன்ற விவரங்கள் என் அப்பாவுக்குத் தெரிந்திருந்ததால் அவர் சற்றே கூடுதல் சந்தோஷத்தில் இருந்தார். ஆனால் இந்த வேலையில் நாம் தொடரக்கூடாது என்ற எண்ணம் பாலக்காட்டிலேயே எனக்கு வந்துவிட்டது. அதனால் அதற்கேற்ப பல வினோதமான காரணங்களையெல்லாம் மனம் சேகரிக்க ஆரம்பித்துவிட்டது. பயிற்சிக் கல்லூரியிலிருந்த இந்தி வாத்தியார் அதற்கு வலுவானதொரு காரணமாக அமைந்துவிட்டார். அவர் பச்சை நிற வேட்டியும் பச்சை குர்தாவும் அணிந்து அதன்மேல் பச்சை நிறத்தில் துண்டும் போட்டிருப்பார். பச்சை நிற பேனா, பச்சை நிற செருப்பு. அவருக்கு பச்சைக் கிளி என்று செல்லப் பெயர். இந்தி எதிர்ப்பில் உயிர்நீத்த ராஜேந்திரன் சிலையை நாள்தோறும் பார்த்த எனது தமிழ் நெஞ்சம் அவரைப் பார்த்து எப்படிக் கொதித்திருக்கும் என்பதை உங்கள் கற்பனைக்கே விட்டுவிடுகிறேன். இந்தி வாத்தியார் சாதாரணமாகத்தான் பாடம் நடத்தினார். ஆனால் என்னால்தான் அதை சாதாரணமாக எடுத்துக்கொள்ளமுடியவில்லை.

அப்புறம் எனக்குப் பிடிக்காத இன்னொரு சமாச்சாரம் - உடற்பயிற்சி. காலையிலேயே கிரவுண்டுக்கு எல்லோரும் போகவேண்டும். ஒரு மணி நேரம் அங்கே வகுப்பு நடக்கும். வியர்க்க வியர்க்க பயிற்சி செய்வதுகூட எனக்குப் பெரிய விஷயமாகத் தெரியவில்லை. ஆனால் அங்கே பனியன் அணிந்து வரவேண்டும் என்று கட்டாயப்படுத்தினார்கள். பனியன் போட்டு எனக்குப் பழக்கமே இல்லை. பனியன் போட்டால் எனக்கு

மூச்சுத்திணறுவது போல இருக்கும். அறைக்கு வந்து பனியனைக் கழற்றி வீசிய பிறகுதான் உயிர் திரும்பும்.

இவை எல்லாவற்றையும்விட எனக்கு ஒவ்வாததாக இருந்தது திருச்சி வெயில். நான் பயிற்சியில் சேர்ந்தது மார்ச் மாதம் என நினைவு. ஆனால் அப்போதே கடுமையான வெயில். வகுப்பில் இருக்கும்போது கைக்குட்டையைத் தண்ணீரில் நனைத்து மூக்குக்கு அருகில் வைத்துக்கொள்வேன். நாசியில் ஒரே எரிச்சலாக இருக்கும். தலைக்குள் காந்தும். அப்படியொரு வெயில்.

இவ்வளவு 'மைனஸ் பாய்ன்ட்டுகள்' இருக்கும்போது எப்படி அந்த வேலையில் தொடர முடியும்? ஒன்றரை மாதங்கள்கூட தாக்குப்பிடிக்கவில்லை. திருச்சி மலைக்கோட்டை பகுதியில் ஒரு ஐஸ்கிரீம் கடை உண்டு. அங்கு ஃ ப்ரூட் சாலட் அருமையாக இருக்கும். அப்போது மூன்று ரூபாய் விலை என நினைக்கிறேன். அடிக்கடி அங்கு போவேன். அப்படி ஒரு நாள் அங்கு போய் ஃப்ரூட் சாலட் சாப்பிட்டுவிட்டு சாலையின் ஓரமாக நின்று வேடிக்கை பார்த்துக்கொண்டிருந்தேன். எது என்னை இயக்கியதோ தெரியவில்லை. அருகிலிருந்த போஸ்ட் ஆபீசுக்குப் போய் ஒரு கவர் வாங்கினேன். ஒரு பையன் நோட்டுப் புத்தகங்களோடு கடிதம் எழுதிக்கொண்டிருந்தான். அவனிடம் ஒரு வெள்ளை பேப்பர் கேட்டு வாங்கினேன். என் ராஜினாமா கடிதத்தை எழுதி தென்னக ரயில்வேயின் ஜெனரல் மேனேஜருக்கு போஸ்ட் பண்ணினேன். அன்று இரவே சிதம்பரத்துக்கு ரயில் ஏறிவிட்டேன். எனது பாட்சில் சீர்காழியைச் சேர்ந்த ஒருவரும் இருந்தார். இரண்டு ஆண்டுகள் கழித்து அவரை சந்தித்தபோது அவர் வியப்போடு என்னிடம் ஓடிவந்து விசாரித்தார். நான் சொல்லாமல் கொள்ளாமல் ஓடிவிட்டதாகப் பயிற்சிக் கல்லூரியில் பேசிக்கொண்டார்கள் என்றார். ராஜினாமா கடிதம் அனுப்பிய விதத்தைச் சொன்னபோது அவர் அடக்க முடியாமல் சிரித்தார். 'ஸ்டேஷன் மாஸ்டர் வேலை அவ்வளவு கேவலமாகப் போய்விட்டதா? அதை ராஜினாமா செய்வதற்கும்கூட ஒரு முறை இருக்கிறது' என்றார். அவரை சந்தித்தபோது நான் தேசியமயமாக்கப்பட்ட வங்கி ஒன்றில் வேலையில் சேர்ந்திருந்தேன். உடுமலைப்பேட்டைக்கு அருகில் ஒரு கிராமத்தில் இருந்த கிளையில் பணியாற்றிக்கொண்டிருந்தேன். அந்த வேலையை எப்போது விடலாம்என்பதுதான் அப்போது என் சிந்தனையாக இருந்தது.

ஜெயபால் சார் எனக்கு எத்தனையோ உதவிகளைச் செய்தார். இறுதி ஆண்டு படிக்கும்போது தேர்வு எழுதுவதற்கு முன் ஒரு வழக்கறிஞரிடம் சில காலம் பயிற்சி பெறவேண்டும்.

கடலூரில் இருந்த தனது நண்பர் ஒருவரிடம் பயிற்சிக்காக என்னை அனுப்பி வைத்தார். அப்போது வங்கிப் பணிக்குத் தேர்வாகி பெங்களூரில் ட்ரெயினிங். எனவே தினமும் என்னால் போக முடியாது. வாரம் ஒருமுறை சென்று அவர் கொடுக்கும் அசைன்மெண்ட்டுகளை எழுதி ஒப்படைப்பேன். தேர்வு நேரத்தில் அவர் கொடுத்த ஊக்கம்தான் எனக்கு வெற்றிபெறுவோம் என்ற நம்பிக்கையைத் தந்தது.

பேராசிரியர் ஜெயபால் தான் சொன்னபடி நான் பி.எல் பட்டம் பெற உதவினார். நானும் அவர் சொன்ன வார்த்தையை இன்றுவரை கடைபிடிக்கிறேன்: 1983ஆம் ஆண்டு பி.எல் முடித்த நான் கோர்ட் ப்ராக்டிசுக்கு இதுவரை போகவேயில்லை.

○

எனக்கு ஆசிரியராக இருந்தவர்களில் ஒருவர்கூட தலித் இல்லை. நான் பள்ளி மாணவனாக இருந்த காலத்தில் ஒருபோதும் என்னை தலித்தாக நான் உணர்ந்ததில்லை. எனது ஆசிரியர்கள் எந்தவொரு பாகுபாடும் காட்டியதில்லை என்பதை நினைக்கும்போது அவர்கள் எல்லோரையும் மனதுக்குள் வணங்குகிறேன்.

ஒரே பிள்ளையாக இருந்த நான் சிறிய வயதிலேயே வீட்டின்மீதான பிடிப்பை விட்டுவிட்டேன். ஆரம்பப் பள்ளி வரைக்கும் தான் வீட்டில் அதிக நேரம் இருந்தேன். ஆறாம் வகுப்புக்காக சிதம்பரம் போனதற்குப் பிறகு வீடு என்பது இரவில் தூங்குவதற்கான ஒரு இடம் என்று ஆகிப்போனது. பெற்றோர்களிடமிருந்து மனதளவில் விலகிப் போய்விட்டேன். ஒரு மகனாக அவர்களுக்குச் செய்ய வேண்டிய கடமைகளைக்கூட நான் செய்யவில்லை. வீட்டின்மீதே பற்றில்லாமல் போய்விட்டவனுக்கு ஊரின்மீது என்ன பிடிமானம் இருக்கும்?

எனது வாழ்க்கையைச் சுருக்கமாகச் சொல்லவேண்டுமானால் இப்படிச் சொல்லலாம்: "நான் புத்தகங்களைச் சாப்பிட்டு, ஆசிரியர்களிடம் வளர்ந்தவன்". புத்தகங்களாலும் ஆசிரியர்களாலும்தான் என் வாழ்க்கை வடிவமைக்கப்பட்டது. ஆனால் இந்த உண்மை புத்தகங்களுக்கும் தெரியாது; எனது ஆசிரியர்களுக்கும் தெரியாது.

தொகுப்பு: ரவிக்குமார்

மனப் பலகையில் அன்பை எழுதியோர்
அழகிய பெரியவன்

படித்தவர்களின் பள்ளிப்பிராய நினைவுகளில் ஆசிரியர் குறித்தவையே அதிகமாக இருக்கும். இது பொதுவானது. ஆசிரியர் இல்லாமல் எதையும் உருப்படியாய் கற்க முடியாது. சுயம்புவாய் கற்றவர் மிகவும் குறைவு.

தொடக்கக் கல்வி தொடங்கி உயர்படிப்பு வரை கணக்கிட்டால் ஒரு மாணவர் தனது ஆசிரியர்களிடமே அதிக நேரத்தைச் செலவிடுகிறார். பெற்றோரிடமும், உறவினரிடமும், நண்பர்களிடமும் பெறும் வாழ்க்கைப்பாடங்களை விடவும் ஆசிரியரிடமிருந்து பெறுவது மிக அதிகம். அவரிடமிருந்து கற்ற வாழ்க்கைப் பாடங்களும் அவருடனான அனுபவங்களும் எல்லோருக்கும் உவப்பானதாக இருக்க முடியாது. அதிலும் தலித்துகளைப் பொருத்தவரையில் இக்கூற்று முற்றிலும் உண்மையானது.

குருகுலக் கல்வி மரபைக் கொண்ட இந்தியாவில் அம்மரபின் நீட்சி இன்றளவும் ஆசிரியர்களிடம் செல்வாக்கினைச் செலுத்துகிறது. தன்னிடம் கையளிக்கப்படும் மாணவரைத் தனக்கும் கீழ் உள்ள ஒருவராகவே ஆசிரியர் நினைக்கிறார். அந்நினைவின் உந்துதலால் மாணவரை அடிக்கிறார். அவ்வப்போது ஆசிரியரின் உள்ளிருக்கும் மரபார்ந்த நினைவுக்கிடங்கிலிருந்து துரோணர் வெளிப்படுகிறார். இந்தியாவில் ஆசிரியர் என்றால் உயர்சாதியைக் குறிக்கும். எனவே

அந்நினைவின் அழுத்ததில் ஆதிக்கம் செலுத்தும் சாதியாளராகவும் சில நேரங்களில் மாறிக்கொள்கிறார்.

ஏகலைவனிடமிருந்து கட்டைவிரலை வெட்டி வாங்கிக் காண்ட துரோணரைக் குறியீடாக்கி எழுதப்பட்ட ஒரு தெலுங்குக் கவிதை உண்டு. புகழ்பெற்ற அக்கவிதையை எழுதியவர் சதிஷ் சுந்தர் என்பவர்.

என் மதிப்புக்குரிய ஆசிரியருக்கு
பணிவான வணக்கங்கள்
அய்யா!
நூற்றுக்குப் பதினேழு மதிப்பெண்கள் தந்து
என் நூற்றாண்டு வாழ்க்கையைப்
பொய்த்து விட்டீர்கள்

உங்கள் கை விரல்களை எண்ணி
எனக்குக் கணக்குச் சொல்லித் தந்தீர்கள்
செத்தாலும் புரியாதென்று
என்னைச் சபித்தீர்கள்
சாகும்போது தான்
இது எனக்குப் புரிந்தது.

எப்படிக் கூட்டிப் பார்த்தாலும்
என் கையில் இருப்பது
நான்கு விரல்கள் மட்டுமே

என் அப்பாவுக்கும்
அந்த அய்தாவது விரல் இல்லை
முட்டை போட்டு
நீங்கள் அனுப்பி வைத்த
என் மதிப்பெண் அட்டையில்
அவர் என்றுமே
கைநாட்டு வைத்ததேயில்லை

இது இந்தியாவில் சாதிய மனநிலையுடன் நடந்துகொள்ளும் ஆசிரியர்களை விமர்சிக்கிற நீண்ட கவிதையின் ஒரு பகுதி.

சாதி மனநிலையுடன் நடந்துக்கொள்ளும் ஆசிரியர்களை அதிகமாகக் கொண்ட நாடு இந்தியா. மதிப்பெண் வழங்குவதில் பாகுபாடு காட்டுதல் சாதிய வன்முறையை நிகழ்த்துதல் சாதி உணர்வினைத் தூண்டிவிடுதல் போன்ற செயல்பாடுகளில் இத்தகைய ஆசிரியர்கள் ஈடுபடுவார்கள். சக ஆசிரியர்களிடமும் இவர்கள் பாகுபாடு காட்டத் தவறுதில்லை.

இந்திய அளவில் பீகார், உத்திரப்பிரதேசம், ராஜஸ்தான்,

ஹரியானா, மத்திய பிரதேசம் போன்ற மாநிலங்களில் மிக வெளிப்படையாகப் பள்ளிகளிலே சாதிய பாகுபாடு கடைபிடிக்கப்படுவதாகச் செய்திகளும் ஆய்வறிக்கைகளும் சொல்கின்றன. புகழ்பெற்ற எய்ம்ஸ் மருத்துவக் கல்லூரியில் சாதிவெறி தலைவிரித்து ஆடுவதாக சென்ற ஆண்டு செய்திகள் வெளியாகின. அதற்குப் பிறகு எஸ்.கே.தோரட் தலைமையில் அமைக்கப்பட்ட ஓர் ஆய்வுக்குழு அதை விசாரித்து உண்மை என உறுதிப்படுத்தியது. தமிழகத்தில் இந்நிலை முற்றிலுமாக ஒழிந்துவிடவில்லை. இலைமறைவு காய்மறைவாகவோ அல்லது கவனத்துக்கு வராமலோ சாதிய கொடுமைகள் பள்ளிகளிலே நடந்துகொண்டு தான் உள்ளன. தென் மாவட்ட கல்லூரிகளிலும் உயர் மற்றும் மேல்நிலைப்பள்ளிகளிலும் சாதி ரீதியாக மாணவர் அணிதிரள்வதாகவும் வெளிப்படையாய் இயங்குவதாகவும் உளவுத்துறையே அறிக்கை தந்திருப்பதாக நாளேடுகளில் செய்தி வெளியானது. அண்மையில் பா.ம.கவின் சாதி ரீதியான அணிதிரட்டல் செயல்பாடுகளுக்குப் பிறகு தமிழ்நாட்டின் வட மாவட்டங்களிலும் இது போன்ற சாதி அணிதிரட்சி மாணவர்களிடையே நடந்து வருகிறது.

கல்விநிலையங்களில் சாதிய உணர்வுகளோடு ஆசிரியர் சிலர் நடந்துகொள்வதை கவனித்தால் அது நுட்பமாக இருக்கும். தம் சாதி மாணவர்களிடையே மட்டுமே பேசுவது அவர்களைக் கொண்டு நீர், உணவு போன்றவற்றை எடுத்து வரச்சொல்வது உதவிகளைச் செய்வது அக்கறை காட்டுவது போன்று அச்செயல்கள் இருக்கும். வேறொரு முனையிலோ தலித் மாணவர்களை மட்டுமே திட்டுவதும் அடிப்பதும் வேலை வாங்குவதும் நடக்கும். நான் தற்காலிகப் பணியிலே சில காலம் இருந்த ஒரு பள்ளியில் உடற்கல்வி ஆசிரியர் ஒருவர் கட்டுப்பாட்டைப் பேணுகிறேன் என்ற போர்வையில் தலித் மாணவிகளை மட்டும் இழிவுபடுத்தித் தண்டிக்கும் போக்கைக்கொண்டிருந்ததைக் கவனித்திருக்கிறேன். தலித் ஆசிரியர்களும், தலித் சார்பு ஆசிரியர்களும் தலைமை ஆசிரியரிடம் முறையிட்டு பின்னர் அதை முடிவுக்குக் கொண்டு வந்தோம்.

வேறொரு பள்ளியில் இருந்தபோது அப்பள்ளியின் தலைமை ஆசிரியர் வெளிப்படையாகவே சாதியமனோபாவத்தோடு இருப்பதையும் கண்டிருக்கிறேன். அவர் பதவி காலத்தில் தலித் மாணவர்கள் எவரும் பள்ளி அளவில் முதல் மதிப்பெண் பெறுவதை விரும்பியதே இல்லை. அவ்விருப்பத்தை வெளிக்காட்டிக்கொள்ளாமல் நுட்பமாக காய் நகர்த்துவார். ஒருமுறை பனிரெண்டாம் வகுப்புத் தேர்வு நெருங்கிக்கொண்டிருந்த தருணத்தில் தலித் மாணவி ஒருத்தி காதல் திருமணம் செய்து கொண்டுவிட்டாள். அதைக் காரணம் காட்டி அப்பெண்ணை அவர் அரசுத் தேர்வெழுத அனுமதிக்கவில்லை.

ஆனால் அதே தவறைச் செய்த ஆதிக்கச் சாதி பெண்ணொருத்தியை அவர் தேர்வெழுதும்படிச் செய்தார். மேநிலைத் தேர்வு எழுதாமல் போனால் எதிர்காலமே பாழாகிவிடக்கூடும் எனச் சொல்லி பாதிக்கப்பட்ட தலித் மாணவிக்காக எவ்வளவோ கேட்டுப்பார்தோம். பள்ளியின் கௌரவத்தையும் மாணவரின் ஒழுக்கத்தையும் காரணம் காட்டி அவர் எங்கள் கோரிக்கையைப் பிடிவாதமாக மறுத்துவிட்டார். ஆதிக்கச் சாதி மாணவி விடயத்தில் பள்ளியின் நற்பெயரும், மாணவரின் ஒழுக்கமும் கெட்டுப்போவதாக அவருக்குத் தோன்றவில்லை. ஒவ்வொரு பள்ளியின் வரலாற்றிலும் ஒவ்வொரு பள்ளியின் வகுப்பறையிலும் உறுதியாய் ஒரு சாதியப் பாகுபாட்டுக்கொடுமையின் நிகழ்வு ஒளிந்துகொண்டுதான் இருக்கிறது.

அவ்வப்போது வெளியாகிற செய்திகளைக் கொண்டும் தனி அனுபவங்களைக் கொண்டும் ஒரு பொதுவான சித்திரத்தை உருவாக்கிவிட முடியாது எனக் கூறலாம். அது உண்மைதான். ஆனால் மறைந்து பாயும் நீரூற்றைப்போல சாதி இங்கு இருக்கிறது என்பதை எவராலும் மறுக்க முடியாது.

தேர்வு எழுத வந்த மாணவர்கள் மீதும் அவர்கள் எழுதிய தேர்வுத்தாள்கள் மீதும் பசுமாட்டின் மூத்திரத்தைத் தெளித்துத் தூய்மையாக்கிய தலைமையாசிரியர் ஒருவரைப் பற்றியும்; தலித் மாணவர்கள் சில அடிதூரம் தள்ளி நின்று தன்னிடம் பேச வேண்டும் மேலும் அவர்கள் கழிப்பறையைச் சுத்தம் செய்திட வேண்டும் என்று கட்டாயப்படுத்திய தலைமையாசிரியர் ஒருவரைப் பற்றியும் அண்மையில் கூட நாளேடுகளில் படித்ததாக நினைவிலாடுகிறது.

இன்றைய நிலையை ஒப்பிடுகிறபோது இருபது ஆண்டுகளுக்கு முன்பாக வேறு சூழல்கள் இருந்திருக்கலாம். சாதியைக் காரணமாகக் கொண்டு பெற்ற கொடூரமானதும், அவமானகரமானதுமான அனுபவங்கள் சில எப்போதும் மனதிலே ஆறாத காயமாக இருக்கும். அக்காயங்களுக்கு சிலர் மருந்திட்டிருப்பர். அவர்களும் மறக்க மாட்டாதபடி நினைவில் உலவுவர். சாதிய நீரோட்டத்திற்கு எதிராய் பயணம் செய்வர்கள் அவர்கள். என் மனதில் அப்படியான சில ஆசிரியரின் நினைவுகளுண்டு.

பள்ளிப் பருவத்தில் தமக்கு அனுசரணையாய் நடந்து கொண்டவர்களின் ஞாபகங்கள் பிரியத்துக்குரியவை. ஜோதிராவ் புலே, சாவித் திரிபா புலே, அம்பேத்கர் ஆகியோரின் நீட்சி அவர்கள். பெரும் தலைவர்களின் வாழ்க்கையில் அவர்களை பாதித்த ஆசிரியர்களுக்கு ஒரு முதன்மையான இடம் உண்டு. மகாராட்டிர மாநிலம் சாத்தாவிலுள்ள உயர்நிலைப்பள்ளியில் படித்துக்கொண்டிருந்தபோது அம்பேத்கர் என்ற பார்ப்பன ஆசிரியர் ஒருவர் மாணவர் அம்பேத்கருக்கு உதவியிருக்கிறார்.

பிற்காலத்தில் பொதுச்சேவைக்கு வந்தபோது கூட அவ்வாசிரியரை அம்பேத்கர் மறக்கவில்லை.

நேருவின் தனி ஆசிரியராக விளங்கிய அயர்லாந்துக்காரரான ஃபெர்டினன் டி ப்ரூக்ஸ் என்பவர்தான் அவர்மீது பெரும்செல்வாக்கு செலுத்தியவர் என்கின்றனர். மார்ட்டின் லூதர் கிங் கல்லூரியில் படித்தபோது பென்ஜமின் மேய்ஸ் என்ற பேராசிரியர் அவருக்கு ஊக்கமளித்திடும் வகையில் நடந்துகொண்டிருக்கிறார். நேருவுக்கு ப்ரூக்ஸ் எப்படியோ ஆனால் அம்பேத்கருக்கு அம்பேத்கர் என்ற ஆசிரியரும் மார்ட்டினுக்கு மேய்ஸ்சும் பெருமதி மிக்கவர்கள். சாதியால் விலக்கப்பட்ட ஒரு மாணவருக்கு பள்ளியில் முதன்மையாகத் தேவைப்படுவது கல்வி அல்ல, அவனுக்கான அரவணைப்பே. பாகுபாடற்ற சூழலிலேயே அது சாத்தியமாகிறது. தலித் அல்லாத சாதிகளிலிருந்து வரும் ஆசிரியர்கள் தலித் மாணவர்களிடம் காட்டும் அன்பு அம்மாணவர்களின் மனதிலே நம்பிக்கையையும் பாதுகாப்பு உணர்வையும் ஏற்படுத்திவிடவில்லை. பெரியதாக ஏதும் தேவையில்லை. ஒரு புன்னகையோ கனிவான பார்வையோ ஒரு சொல்லோ போதும் அந்த நம்பிக்கையையும் பாதுகாப்பு உணர்வையும் ஊட்டிவிட. சமத்துவத்தின் விதையை அவ்வாசிரியர்கள் மாணவர்களின் மனங்களில் அழுத்தமாக ஊன்றுவதுடன் அம்மரத்தின் கனிகளைப் புசிக்கவும் தருகின்றனர்.

நான் தொடக்கப் பள்ளியில் படித்துக்கொண்டிருந்த சமயமது. எழுபதுகளின் தொடக்க ஆண்டுகள் பள்ளி இருந்த இடம் சாத்கர் என்ற ஊரில் இசுலாமியர்களும் ஆதிக்கச்சாதி மக்களும் சேர்ந்து வசிக்கும் ஊர். நவாப்புகளின் ஆட்சி காலத்தில் ஒரு தாலுக்காவின் தலைமையிடமாக இருந்த ஊர் இந்த சாத்கர்.

பள்ளி, ஒரு மலைச்சரிவின் அடிவாரத்தில் இருக்கும். மூன்று நான்கு அடி உயரத்துக்குக் கருங்கற்கள் அடுக்கப்பட்டு அதன் மீது எழுப்பப்பட்டிருக்கும் அதன் 'ப' வடிவக் கட்டடம். பள்ளிக்குப் போகும்போதும் வரும்போதும் வழியில் எந்த வீடுகளிலும் தாகத்துக்கு நீர் வாங்கி பருகக்கூடாது என்று அம்மா சொல்லியனுப்புவார். அதை மீறி ஒருநாள் தண்ணீர் கேட்டபோது அவ்வீட்டிலிருந்த பெண் என்கைகளில் நீர் ஊற்றி குடிக்கச் செய்தார். எனக்கு அது விளங்கவில்லை. நீரை சொம்போடு தந்திருந்தால் இருந்த தாகத்துக்கு முழுவதையும் தீர்த்துவிட்டுத் தந்திருப்பேன். கைகளில் ஊற்றியதால் தாகமும் அடங்கவில்லை. சட்டையும் ஈரமாகிவிட்டது. வீட்டுக்குப் போனதும் சட்டை ஏன் நனைந்திருக்கிறது என அம்மா கேட்டார். நான் விவரத்தைச் சொன்னதும் முதுகில் ஓர் அடி விழுந்தது. அன்றிலிருந்து சாத்கர் மீதான வெறுப்பு என்னுள் துளிர்விடத் தொடங்கிவிட்டது. இது உதை வாங்கித்தரும் ஊர்!

அடுத்த வாரம் வேறொரு சம்பவமும் நடந்துவிட்டது.

நான் அளவுக்கதிகமாய் பயந்துபோனேன். காலை இடைவேளையில் விளையாடிக்கொண்டிருந்தபோது வகுப்புத் தோழன் ஒருவன் என்னைப் பிடித்துப் பள்ளியின் கருங்கல் மேடையிலிருந்து தள்ளிவிட்டான். பத்துப் பதினைந்து கற்பலகைகள் போடப்பட்டிருந்த படிகளின் மேலிருந்து நான் உருண்டுவந்து கீழே விழுந்தேன். என்னைத் தள்ளிவிட்டவனின் வீடு சாத்கரில்தான் இருந்தது. வலியில் அழுதுகொண்டிருந்த என்னிடம் வந்து தன் பெற்றோரை அழைத்துக்கொண்டு வருவதாகவும் சொன்னான் அவன். நான் பயத்தில் மேலும் அழுதேன். உடன் விளையாடிக்கொண்டிருந்தவர்களின் வழிச் செய்தி தலைமையாசிரியரிடம் போய்விட்டது. அப்போது தலைமையாசிரியராக இருந்தவர் சாந்தகுமாரி என்பவர். சிவந்த நிறத்தில் மெலிந்த தோற்றத்துடன் நெடுநெடுவன இருப்பார். அவர் எங்கள் இருவரின் பெற்றோரையும் வரச்சொல்லிவிட்டார். எங்களை விசாரித்தபிறகு என்னைத் தள்ளிவிட்டவனுக்குக் கையை நீட்டச்சொல்லி அடிகொடுத்தார். மிரட்சியுடன் அழுதுகொண்டிருந்த என்னை அருகிலே அழைத்து அரவணைத்தபடி ஆறுதல் சொன்னார். நான் அப்பள்ளியிலே ஐந்தாம் வகுப்பு வரையில் தான்படித்தேன். நான் அங்கிருந்து வரும்வரை சாந்தகுமாரி ஆசிரியரின் கனிவான பார்வையும் ஆதரவும் எனக்கிருந்தது. அன்று என்னைத் தள்ளிவிட்டவன் ஊர் பெருந்தனக்கார குடும்பங்களில் ஒருவன் எனத் தெரிந்திருந்தும் அவனைக் கண்டித்ததை நினைக்கிறபோது சாந்தகுமாரி ஆசிரியர் மீது மரியாதை கூடுகிறது. அவரை நினைக்கிறபோது மற்றொன்றும் நினைவுக்கு வருகிறது. நான் நன்றாக வரைவேன். சிலேட்டில் நான் வரைந்து வரும் படங்களை சிலாகித்து என்னைப் பாராட்டியிருக்கிறார் அவ்வாசிரியர். கலை இலக்கத்தியத்தின் மீதான நாட்டத்திற்கும் ஈடுபாட்டிற்கும் அன்று அவர் பாராட்டி ஊக்கப்படுத்தியதும் ஒரு காரணமாயிருக்கும் என்பதென் உறுதியான நம்பிக்கையாகும்.

சாத்கரிலேயே தொடர்ந்து என்னால் படிக்க முடியாமல் போய்விட்டது. என்னுடைய அம்மா என்னை அவரின் தாய் வீட்டில் தங்கச்செய்து படிக்க வைக்க முடிவெடுத்துவிட்டார். எனவே நான் ஆறாம் வகுப்பிலே சேர்ந்து படிப்பதற்காக ஆம்பூருக்கு அருகிலிருக்கும் இலப்பை மாங்குப்பத்திலுள்ள என் பாட்டி வீட்டுக்குப் போய்விட்டேன். பாலாற்றின் கரையில் இருந்த அவ்வூர் தென்னைகளும் நெல்வயலும் சூழ்ந்ததொரு அழகான கிராமம். என் மாமாக்கள் அருகிலிருந்த தேவலாபுரம் உயர்நிலைப் பள்ளியில் என்னைச் சேர்த்துவிட்டனர்.

தேவலாபுரம், வன்னியர்கள் அதிகமாக வாழும் ஊர். அவ்வூரின் நடுவிலே ஆற்றைப் பார்த்ததுபோல இருந்தது பள்ளி. அப்பள்ளியிலே நான் எட்டாம் வகுப்புவரையில்தான் படித்தேன்.

அப்போது பல ஆசிரியர்கள் அங்கே பணியாற்றிக்கொண்டு இருந்தனர். அவர்களிலே வெகுசிலர்தான் இப்போது மனதிலே நிற்கிறார்கள். குறிப்பாக மூன்று பேரைச்சொல்வேன். ஒருவர் சுப்பிரமணி ஆசிரியர். தலித் ஆசிரியரான அவர் புத்தகம் வாசிக்கும் பழக்கத்தினை என்னுள் உருவாக்கியவர் என்பேன். அமிர்ஜான் ஆசிரியரும் அய்யர் வாத்தியாரும் மற்ற இருவராவர். ஆம்பூர் கிருஷ்ணாபுரத்திலிருந்து வந்துகொண்டிருந்த அய்யர் வாத்தியார் தான் அப்போது எங்கள் தலைமை ஆசிரியர். அவர் பெயர் எங்களுக்குத் தெரியாது.

ஒருநாள் விளையாட்டுப் பாட வேளையின்போது பள்ளிக்கு எதிரிலிருந்த மாரியம்மன் திடலில் ஓடியாடியபடி இருந்தோம். எதிர்பாராத வகையில் மண்ணில் புதைந்திருந்த துருவேறிய கம்பியொன்று என் கால்விரல்களுக்கிடையில் ஏறிவிட்டது. விரல்களுக்கிடையில் ஏறிய கம்பி இரண்டு அங்குலம் நீளத்துக்குத் துளைத்து தோலைக்கிழித்துக் கொண்டு வெளியே எட்டிப் பார்த்தது. உடன் விளையாடிக்கொண்டிருந்த நண்பன் நேரு கத்தியைப் பிடுங்கிடும் பாவனையில் கம்பியைப் பிடுங்கினான். பீய்ச்சியடித்தது இரத்தம்.

அய்யர் வாத்தியர் பதறிப் போனார். ஒரு ஆசிரியரை அழைத்து கட்டுப்போடச் சொன்னவர், பெரிய மாணவன் ஒருவனின் மிதிவண்டியில் என்னை உட்கார வைத்து மருத்துவ மனைக்கு அனுப்பினார். எங்களோடு ஒரு ஆசிரியரும் மருத்துவ மனைக்கு வந்தார். பிறகு பல நாட்களுக்கு என்னிடம் என் கால் காயத்தைப் பற்றி விசாரித்துக்கொண்டிருந்தார். குடும்பச் சூழல் காரணமாக ஒன்பதாம் வகுப்பில் படிக்க வேறொரு பள்ளிக்கூடத்திற்கு நான் போக வேண்டியிருந்தது. அப்போது அய்யர் வாத்தியர் எனக்கு மாற்றுச்சான்றிதழ் தர மறுத்துவிட்டார். நன்றாய் படிக்கும் மாணவனை இழக்க விரும்பவில்லை என்று என் பெற்றோரிடம் சொல்லிவிட்டார்.

வேறு வழியின்றி இரண்டு நாட்களுக்குப் பிறகே சான்றிதழைத் தந்தனுப்பினார் அய்யர் வாத்தியார். நான் பள்ளியை விட்டு வரும்போது அறிவுரைகளை கூறிக்கொண்டே இருந்தார்.

அமிர்ஜான் ஆசிரியர் மிகவும் சுவாராஸ்யமானவர். அவர் தோற்றம் அப்படியே இன்னும் மனதில் பதிந்திருக்கிறது. மழுங்கச் சிரைத்த முகம். கூர்மையான நாசி, சுருட்டை முடி அசப்பில் அவர் ஆண் இந்திராகாந்தியைப் போலவே இருப்பார். வெள்ளை வேட்டி சட்டையோடுதான் எப்போதும் பள்ளிக்கு வருவார். அவர் கையெழுத்து மிகவும் அழகாக இருக்கும்.

ஒருமுறை வகுப்பு மாணவர்கள் சிலர் பணம் வசூலித்து சரஸ்வதி பூசை போட்டார்கள். எங்கள் வகுப்பு மாணவத் தலைவன் எல்லா ஆசிரியர்களையும் அழைத்து வந்தான்.

அப்பூசையின்போது நாங்கள் யாருமே எதிர்பார்க்காத வகையில் அமிர்ஜான் அய்யா ஒரு முருகன் பாடலைப் பாடினார். டி.எம்.எஸ். பாடிய 'சிந்தனை செய் மனமே' என்ற பாடல் அது. அவர் குரலும் பாடிய விதமும் எங்களை மெய்மறக்கச் செய்துவிட்டது. மதச்சார்பின்மைக்கானதொரு விதையை அன்று எங்களுக்குள் விதைத்தவர் அமிர்ஜான் அய்யாதான்.

என் மேடைப்பேச்சுக்கும் நான் அவருக்கே கடன்பட்டிருக்கிறேன். எட்டாம் வகுப்பில் படித்துக்கொண்டிருந்தபோது பள்ளியில் இலக்கிய மன்ற விழா நடந்தது. பேச்சுப்போட்டியில் நானும் கலந்துகொண்டேன். பயத்தோடும் நடுக்கத்தோடும் நான் அன்று பேசிமுடித்தேன். ஆனால் தணியாத ஆர்வம் மட்டும் உள்ளே ஒளிந்துகொண்டிருந்தது. அன்று எனக்குப் பரிசு கிடைக்கவில்லை. என் முகவாட்டத்தை அமிர்ஜான் ஆசிரியர் அறிந்திருப்பார் போலிருக்கிறது. நானே எதிர்பார்க்காத தருணத்தில் அவர் என்னை மேடைக்கு அழைத்து பென்சில் ஒன்றை எனக்குப் பரிசாகத் தந்தார். அந்த மகிழ்ச்சியை விவரிக்க சொற்கள் இல்லை. என் முதல் பேச்சுக்கே பரிசையும் கைத்தட்டலையும் நான் பெற்றேன். அது அமிர்ஜான் அய்யாவால் நடந்தது. அவர் ஏற்படுத்திய பாதிப்பால் சிந்தனை செய் மனமே பாடலை மனப்பாடம் செய்து கல்லூரிக் காலம் வரையிலும் பாடிக்கொண்டிருந்தேன்.

பள்ளி இறுதி வகுப்பான மேல்நிலைப் பாடவகுப்புகளில் என்னை மிகவும் ஈர்த்தவர் இயற்பியல் ஆசிரியரான ஜெயப்பிரகாஷ். இயற்பியலோடு சேர்த்து மார்க்சியத்தையும் கற்பித்தார் அவர். நக்சல்பாரி இயக்கம் தீவிரமாய் இருந்த எண்பதுகளின் மத்தியில் அவரின் சொற்கள் அந்த வயதிலும் அதிகம் புரிந்தன. வட தமிழகத்தில் நிலைகொள்ள முயற்சித்த நக்சல்பாரிகளை காவல்துறை தீவிரமாய் வேட்டையாடிக்கொண்டிருந்தது அப்போது.

காவல்துறை அவர்களை சுட்டுக்கொன்று இரவோடிரவாக சுடுகாடுகளில் வைத்து எரித்துவிட்டுப் போய் விடுவதாய் மக்கள் அப்போது பேசிக்கொள்வார்கள். மக்கள் பேசுவதைக் கேட்டபடி வகுப்புக்கு வரும் எங்களுக்கு ஜெயப்பிரகாஷ் அய்யாவின் சொற்கள் ஏதோ ஒரு உண்மையைச் சொல்வதாக இருக்கும்.

கல்லூரிக்குப் போனபோது மனமுதிர்ச்சி சற்று கூடியிருந்தது. பள்ளியில் ஆசிரியர்கள் பாதித்ததுபோல் அழுத்தமாக இல்லை. ஆனாலும் பேராசிரியர் அய். இளங்கோவன், ஜெயராஜ், டாக்டர் கிருஸ்டி, ஸ்டேன்லி ஜோன்ஸ் போன்ற ஆசிரியர்களை என்னைக் கவர்ந்த கல்லூரி ஆசிரியர்களாகச் சொல்வேன். இவர்களில் தலித் அல்லாத ஆசிரிர்களாக யரும் இல்லை. இத்தருணத்தில் கொஞ்சம் நுணுகி யோசிக்கிறபோது சாதியற்ற ஆசிரியர் கூட்டமும் சாதியகொடுமைகள் குறித்த பாடங்களும் இருந்தால் இந்தியாவில் சாதி ஒழிந்துவிடும் என்று தோன்றுகிறது.

நினைவில் நின்றவர்கள்

அபிமானி

ஓர் ஆணோ அல்லது ஒரு பெண்ணோ, வாழ்க்கையில் தாங்கள் நிகழ்த்தும் சாதனைகளுக்குப் பின்புலமாய் தங்களுக்குக் கல்வி கற்றுத் தந்த ஆசிரியர்களின் பங்களிப்பு இருப்பதை மறுத்துவிட முடியாது. ஒரு காத்தவராயனுக்கு அவரின் ஆசிரியர் அயோத்திதாசர் போல, ஒரு பீமாராவுக்கு அவருக்கு ஆசிரியராயிருந்த அம்பேத்கரைப் போல... இப்படி எத்தனையோ 'போல'க்களை யதார்த்த வாழ்க்கையில் எடுத்துக்காட்டுகளாக நாம் முன்வைக்க முடியும். மேலே குறிப்பிட்டுக் காட்டப்பட்ட ஆளுமைகள் தங்கள் முன்னேற்றத்தின்மேல் தனிக்கவனம் செலுத்திய ஆசிரியர்களின் நினைவாகவோ அல்லது அவர்களுக்குத் தாங்கள் செலுத்தும் நன்றிக் கடனாகவோ அந்த ஆசிரியர்களின் பெயர்களைத் தங்களின் பெயர்களாகத் 'தத்து' எடுத்துக்கொண்டு பெருமைப்பட்டார்கள். அந்த ஆசிரியர்களையும் பெருமைப் படுத்தினார்கள்.

'சாதி மதங்களைப் பாரோம், உயர் ஜன்மம் இத்தேசத்தில் எய்தினராயின்...'என்று வகுப்பறையில் மட்டும் பாடம் நடத்துவதோடு நின்றுவிடாமல் மற்றவர்களுக்குப் படிப்பினையாகவும் நடந்துகொள்ளும் ஆசிரியர்கள் கூடுதல் சிறப்பைப் பெறுகிறார்கள். தலித்துக்களான காத்தவராயனுக்கும்

பீமாராவுக்கும் ஆசிரியர்களான அயோத்திதாசரும், அம்பேத்கரும் தலித்துகள் அல்லர் என்பதை நாடறியும். எப்படி தலித்துகளான காத்தவராயனுக்கும் பீமாராவுக்கும் ஆதிக்கச் சாதிகளைச் சார்ந்த அயோத்திதாசரும், அம்பேத்கரும் சாதிப் பாகுபாடின்றி ஆதரவுக் கரங்களை நீட்டியிருந்தார்களோ, அப்படியே தலித் அல்லாத அவர்களின் பெயர்களையே தங்கள் பெயர்களாக தலித் அறிவுஜீவிகளான காத்தவராயனும் பீமாராவும் சுவீகரித்துக் கொண்டார்கள் என்பதும் இரட்டிப்புப் பெருமை கொண்டதாகும். மேலே குறிக்கப்பட்ட ஆசிரியர்களும் ஆளுமை களும் சாதி வெறியர்கள் அல்லர் என்பதை இதன் மூலம் உறுதிப் படுத்திக்கொள்ள முடிகிறது. தலித் அல்லாத ஆசிரியர்களின் அத்தகைய ஆற்றலை தலித்துகள் அசைபோட்டுப் பார்ப்பதில் செய்நன்றி மறவாமை மட்டுமின்றி, நல்லவற்றை நினைத்துப் பார்க்கும் சான்றாண்மையும் இணைந்துள்ளது என்பதும் உணரக் கூடியது.

முப்பத்தைந்து ஆண்டுகளுக்கு முந்தைய என் பள்ளி மற்றும் கல்லூரிப் படிப்பில் என்மேல் ஆழ்ந்த கவனம் செலுத்தி, பொருள் மற்றும் படிப்பு ரீதியாக எனக்குத் தங்கள் ஆதரவுக் கரங்களை நீட்டிய தலித் அல்லாத ஆசிரியர்கள் மொத்தம் நால்வர்களைப் பற்றி நினைவுக் கூர்வதற்கும், பிறர் அறிய பெருமைப்படச் சொல்வதற்கும் இந்த நூலின்மூலம் வாய்ப்பளித்துள்ள தோழர் ரவிக்குமாருக்கு என் நன்றியைச் செலுத்திக்கொள்கிறேன்.

❍

அஸ்ஸே நடுநிலைப் பள்ளி என்பது அழுக்கடைந்த ஓட்டுக் கூரைகளுடனும், குட்டை மண்சுவர்களுடனும் பணகுடியின் மத்தியில் நின்று கல்வி போதித்துக்கொண்டிருந்த தனியார் பள்ளிக்கூடம். சேரிக் குழந்தைகளுக்கு அது கல்வியையும் மதிய உணவையும் சேர்த்து அளித்துக்கொண்டிருந்த கல்வி மற்றும் உணவுக்கூடம் அது. ஐந்து வயதிலிருந்து பதின்மூன்று வயதுவரை – ஒன்றாம் வகுப்பிலிருந்து எட்டாம் வகுப்புவரை எனது பள்ளிப் படிப்புக்கு அங்குதான் அஸ்திவாரம் போடப்பட்டது. அறிவுச் சுவரை தலை உயரும் வரைக்கும் நான் எட்டிப் பார்த்ததும் அங்குதான். பள்ளியில் நடந்த இலக்கிய விழாக்களில் என் பெயர் இடம் பெறாத போட்டிகளே நடைபெற்றது கிடையாது என்பதே உண்மையாய் இருந்தது. ஒவ்வொரு போட்டியிலும் ஏதாவது ஒரு பரிசைத் தக்கவைத்துக்கொள்வேன். எனக்குத் தமிழாசிரியராயிருந்த திரு.ஆரோக்கியம் பெர்னாண்டோ அவர்களை என் தமிழ் ஆர்வம் பெரிதாகக் கவர்ந்திருந்தது. அவ்வப்போது எனக்கு கவிதையாகத் தோன்றிய இரண்டு, மூன்று வரிகளை, எதுகை மோனையுடன், சினிமாப் படப் பாடல்களுக்கு

இணையாய் எழுதி அவரிடம் காண்பித்துக்கொண்டிருந்தேன். அந்த வரிகளைப் படித்துவிட்டு எரிச்சல்பட்டோ அல்லது என் ஆர்வத்தைக் கண்டுணர்ந்து என்மேல் ஈர்ப்புக்கொண்டோ, மதியச் சாப்பாடு முடிந்ததும் என்னைத் தனியாக அழைத்துவைத்து செய்யுள் எழுதுவதற்கு ஏதுவாய் யாப்பு இலக்கணத்தையும்; அணி இலக்கணத்தையும் ரொம்பவும் சிரத்தையெடுத்து சொல்லித் தந்தார் அவர். நான் எளிமையாக எழுதிக் காட்டிய சினிமாப் பாணிக் கவிதைகளைக் காட்டிலும் யாப்பு இலக்கணப்படி எழுதிக் காட்டிய குறள் வடிவப் பாக்களும், வெண்பாக்களும் சிறப்பாக அமைந்திருக்கவில்லை என்பது இங்கு நினைவுகூரத் தக்கது. ஆனாலும் என் இயற்பெயரை மறந்துவிட்டு என்னை எப்போதும் 'கவிஞர்...' என்றே அவர் தீவிரமாக அழைத்துக் கொண்டிருந்ததில் என் மனசுக்குள் கனன்றுகொண்டிருந்த படைப்புத் தாகத்துக்கு அப்போதே நீர் வார்க்கத் துவங்கியிருந்தார் என்பதுதான் உண்மையாயிருந்தது.

தேவாலயத்துக்குச் செல்லாத கிறித்தவராக அவர் இருந்தார். பெரியார் என்றால் அவருக்கு ரொம்பப் பிடித்திருந்தது. சேரிப் பிள்ளைகள் எல்லோரையும்போல எனக்கு எம்ஜியாரைப் (மட்டும்தான்) பிடித்திருந்தது. வகுப்பில் பெரியாரைப் பற்றி ரொம்பவும் சிலாகித்துப் பேசுவார் அவர். ஏதோ ஒன்று என் நெஞ்சில் இடறிக்கொண்டே இருக்கும். தமிழாசிரியரிடம் சென்று அந்த 'இடறலை' நிவர்த்தி செய்துகொண்டால்தான் அடுத்த வேளைக் கஞ்சிகூட எனக்கு அலப்பரை இல்லாமல் தொண்டைக்குள் இறங்கும். எம்ஜியாரின் அரசியல் கட்சி திமுக. திமுகவின் தோற்றுவாய் திராவிடர் கழகம். திராவிடர் கழகத்தின் தலைவர் ராமசாமிப் பெரியார். அப்படியென்றால் எம்ஜியாருக்கும் பெரியாருக்கும் தொடர்பு இருப்பதாக என் மனம் சமாதானம் அடையும். சமாதானக் கொடியைப் பறக்க விடுகிறவராக ஆசிரியர் இருந்தார். அதுவே பெரியார் பற்றிய நூல்களை சிறுவயதிலே என்னை ஆர்வமாகவும் அதிகமாகவும் வாசிக்க வைத்தது. என் அறிவுப் புலனை விரிவுப்படுத்த வேண்டும் என்ற விருப்பத்தோடு மட்டும் நின்றுவிடாமல் எனக்குள் பகுத்தறிவுச் சிந்தனையையும் அரசியல் தாக்கத்தையும் தளிர்விடச் செய்திருந்தார் அவர்.

❍

ஒன்பதாம் வகுப்பிலிருந்து பதினொன்றாம் வகுப்பு வரைக்கும் பணகுடி அரசு உயர்நிலைப் பள்ளியில் என்னை ஒப்புக்கொடுக்க வேண்டியதிருந்தது. என் வீட்டுக்கு அருகில் அந்த உயர்நிலைப் பள்ளி இருந்ததால் என் நடை மிச்சமாகியிருந்தது.

ஒன்பதாம் வகுப்பில் பாடங்கள் துவக்கப்பட்டு ஒருவாரம்

ஓடியிருந்தது. தமிழ்ப் பாட வகுப்பறையில் நடந்துகொண்டே மாணவர்கள் கட்டுரை எழுதுவதைக் கண்காணித்துக்கொண்டு வந்த தமிழாசிரியர் திரு. தமிழ்க்குமரன் அவர்கள் திடுதிப்பென்று என்னருகில் வந்து நின்றார். நானும் எல்லா மாணவர்களையும் போலத்தான் குனிந்த தலை நிமிராமல் கட்டுரை நோட்டில் விரைவாக எழுதிக்கொண்டிருந்தேன். ஆனால் என் கட்டுக்கோப்பான எழுத்துக்களின் வடிவங்கள் அவரை வசீகரித்திருக்க வேண்டும். என் எழுத்துக்களில் காணப்பட்ட ஒழுங்கும் அழகும் என் தோற்றத்திலும் உடை அலங்காரத்திலும் இல்லாதிருந்ததில் அவர் அதிர்ச்சிக்குள்ளாகியிருக்க வேண்டும்தான். எப்போதும் ஏழ்மையின் அவலச் சின்னமாகக் காட்சித் தந்தேன் நான். நான் எழுதியது என் இடதுகை விரல்களால். ஆனால் வலது கை விரல்களால் எழுதுபவர்களை விட என் எழுத்துகளின வேகம் கூடியிருந்தது. அவர் எவற்றையெல்லாம் முரண்களாக நினைத்து ஆச்சரியப்பட்டாரோ, கொஞ்ச நேரம் அசராமல் நின்று நான் எழுதுவதையே தீர்க்கமாகப் பார்த்துக்கொண்டிருந்தார். நான் அவருக்குச் செலுத்த வேண்டிய மரியாதை நிமித்தம் பெஞ்சி யிலிருந்து எழுந்து நிற்கத் துவங்கினேன். அவர் அவசரமாய் என் தோளைத் தொட்டு அழுத்தி மீண்டும் உட்கார வைத்தார்.

“இதுக்கு முன்னால எந்தப் பள்ளிக்கூடம்டா?”

“அஸ்ஸே நடுநிலைப் பள்ளி சார்”

“எந்தத் தெரு?”

“பாஸ்கரபுரம் சார்”

நான் என்ன சாதிக்காரன் என்பதும், என் வாழ்க்கையின் ஏழ்மை நிலைமையும் என் தெருப் பெயரைச் சொன்னதும் தெளிவாகப் புரிந்திருக்க வேண்டும் அவருக்கு. ஒரு வறட்சியானப் புன்னகையோடு என் முகத்தைப் பார்த்துக்கொண்டார். எல்லா மாணவர்களும் கட்டுரைப் புத்தகத்தைப் பக்கத்தில் மூடி வைத்துவிட்டு எழுதிக்கொண்டிருக்க, நான் அவ்வாறு புத்தகத்தை வைத்திருக்காமல் ‘மளமள’வென்று எழுதிக் கொண்டிருந்ததை நினைத்து அவர் ஆச்சரியப்பட்டிருக்க வேண்டும். சற்று முன்பு, ஒரு பத்து நிமிடங்கள் கட்டுரையைப் படித்து மனனம் செய்து கொள்ள மாணவர்களுக்கு அனுமதி அளித்திருந்தார் ஆசிரியர். அதனால்தான் அவர்கள் அந்தச் சூட்டோடு புத்தகங்களை மூடிக்கொண்டு தங்கள் அருகினிலே வைத்திருந்தார்கள்.

“என்னடா, ஒம் புத்தகத்த எங்க?”

“எனக்குப் புத்தகம் இல்ல சார். நா இன்னும் வாங்கல”

“எதுக்குடா வாங்கல?”

‘ஏழ்மை’ என்று பதில் சொல்வதற்குத் தயக்கமாக இருந்தது எனக்கு. இறுகிய மௌனத்தில் தலைகுனிந்து நின்றிருந்தேன். என்னுடைய நிலைமையை அவர் தெளிவாகப் புரிந்திருக்க வேண்டும். உள்ளூர்க்காரரான அவருக்கு என் ஏழ்மையைப் பற்றித் தெரிந்திருப்பதில் அதிசயம் ஒன்றும் இல்லைதான்.

“பின்ன எப்படிடா கட்டுரையை மனப்பாடம் பண்ணி எழுதிக்கிட்டிருக்கிற?”

“செந்தில்நாதன்கிட்டப் புத்தகம் வாங்கிப் படிச்சென் சார்”

என் பக்கத்து இருக்கைக்காரனான செந்தில்நாதன் என்னை சிநேகமாகப் பார்த்துச் சிரித்துக்கொண்டான்.

“சரி. நாளைக்குக் காலையில் அலுவலகத்துக்கு வந்து என்னைய பாரு... என்ன? ஒனக்குப் புத்தகம் தாரென்”

“என்கிட்ட பணம் இல்ல சார்”

“அதெல்லாம் ஒண்ணும் வேண்டாம். நீ வாடா.”

“சரி சார்”

கட்டுரைப் புத்தகங்களை அவர் எழுதிப் பிரசுரித்து மாணவர்களிடம் விற்பனைப் பண்ணியிருந்தார் என்பது எல்லோருக்கும் தெரிந்திருந்தது. உள்ளூரில் சொந்தத்தில் ஒரு பதிப்பகம் கூட வைத்திருந்தார் அவர். தான் வாக்குத்தத்தம் செய்திருந்தது போல மறுநாள் காலையில் பள்ளிக்கூடத்திற்கு வந்ததும் பியூனை விட்டு என்னை வரச் சொல்லியிருந்தார். அவரிடம் சென்றதும் ஒரு தடித்த கட்டுரைப் புத்தகத்தை என் கையில் தந்தார். நான் மனம் இளகிப்போய் அவருக்கு நன்றி சொல்லிக்கொண்டேன்.

பதினொன்றாம் வகுப்புவரைப் படித்து முடித்துவிட்டு அந்தப் பள்ளிக் கூடத்திலிருந்து வெளியேறி கல்லூரியில் சேருகிற வரைக்கும், என் படிப்பிலும் தனிப்பட்ட என் நலத்திலும் அக்கறை கொண்டவராக இருந்தார் அவர். நல்ல திடகாத்திரமானத் தேகம். சிவந்த நிறம். பரந்த முகம். அளவோடு கத்தரித்து விடப்பட்டிருந்த அடக்கமான மீசை. எப்போதும் வெள்ளை வேட்டி, வெள்ளைச் சட்டையில்தான் காட்சி தந்தார். அசப்பில், நடிகர் ஏ.வி.எம்.ராஜனைப் போன்ற தோற்றத்தில் தெரிந்தார். மேல்சாதிக்காரர்கள் அடர்த்தியாகக் குடியிருந்து கொண்டிருந்த கடைத்தெருப் பக்க வீடு ஒன்றிலிருந்து பள்ளிக்கூடத்திற்கு வந்து கொண்டிருந்தார். எப்போதும் பளபளவென்று மினுங்கும் ராலி சைக்கிள்தான் அவரைப் பள்ளிக்கூடத்துக்குச் சுமந்துகொண்டு வரும் வாகனமாக இருந்தது.

ஒருநாள் காலையில் திடுதிப்பென்று வகுப்பறை வாசலில் வந்து நின்றார் அவர். அது ஆங்கிலப் பாடம் நடைபெறுவதற்கான நேரம். ஆசிரியர் வரத் தாமதமாகியிருந்தது. வாஞ்சையோடு என்னை அழைத்தார்.

தன் கையில் வைத்திருந்த செய்தித்தாள் பொட்டலத்தை அப்படியே என் கையில் தந்து, “இதுல ரெண்டு சட்டை வச்சிருக்கண்டா... எடுத்துக்க” என்று இயல்பாகச் சொல்லிவிட்டு வேகமாய் நடை கூட்டிப் போனார். நான் நன்றி சொல்வதற்குக் கூட எனக்கு அவகாசம் தந்திருக்கவில்லை அவர். பிரதிபலனை எதிர்பாராத உதவி என்பது இதுதானா என்று நெகிழ்ச்சியுடன் நினைத்துப் பார்த்தேன். உடனே வகுப்பறைக்கு வெளியே வந்து பொட்டலத்தைப் பிரித்துப் பார்த்தேன். வெள்ளை நிறத்தில் ஒன்றும், சந்தன நிறத்தில் ஒன்றுமாய் இரண்டு அரைக்கைச் சட்டைகள் அழகாக மடித்து வைக்கப்பட்டிருந்தன. புதியனவாக இருந்தன அவை. இவருக்கு எந்த விதத்தில் நன்றி சொல்லிவிடப் போகிறோம் என்று நினைத்து சிறிது நேரம் செய்வறியாது திகைத்துப்போய் நின்றிருந்தேன்.

நான் பத்தாம் வகுப்பில் படித்துக்கொண்டிருந்த நேரத்திலும் என்னிடத்தில் மற்றொரு அதிசயத்தையும் நிகழ்த்தியிருந்தார் அவர்.

வகுப்பில் பாரதிதாசனின் ‘கனியிடை ஏறியச் சுளையும் முற்றல் சுளையிடை ஏறிய சாறும்..’ எனத் தொடங்கும் பாரதிதாசனின் கவிதையைக் குறித்தான விளக்கவுரையில் மும்முரமாகத் தன்னை ஒப்புக்கொடுத்துக்கொண்டிருந்தார் தமிழாசிரியர். விளக்கவுரையின் இடைச் செருகலாய் ‘முக்கனிகள்’ வந்து உட்கார்ந்துகொண்டன. முக்கனிகளின் சுவை நிறைந்து வழிந்து ஆப்பிள் பழத்தின் அடிச்சுவட்டில் போய் விழுந்தது. நான் அமைதிக்குள் முடங்கிக் கொண்டேன். திடீரென ஆசிரியர், “ஆப்பிள் பழத்த எல்லாரும் தின்னிருக்கீங்கள்ல? திங்காதவங்க யாரிருந்தாலும் கையைத் தூக்குங்க பாப்பொம்” என்று இயல்பான சிரிப்புடன் கேட்டுக்கொண்டார்.

வெட்கப்பட்டுக் கொண்டே நான் மட்டும் கையை உயர்த்தினேன். வாழைப் பழத்தைக்கூட விலை கொடுத்து வாங்கிச் சாப்பிடுவது என் வீட்டுப் பொருளாதாரச் சூழலுக்கு அந்நியமாகத் தோன்றியபோது ஆப்பிள் பழத்தைத் தின்பது பற்றி யோசிப்பதெல்லாம் அதிகப் பிரசங்கித்தனமாகத் தோன்றியது எனக்கு. நான் உயர்த்தியக் கை என்னைவிட அவருக்குத்தான் மன உளைச்சலைத் தந்திருக்கவேண்டும். என் கையைக் கீழே போட்டுக்கொள்ள கேட்டுக் கொண்டார்.

தொகுப்பு: ரவிக்குமார் 51❖

ஒருவாரம் கழித்த ஒருநாள் காலையில் பள்ளிக்கூட வராந்தாவில் சக மாணவர்களுடன் நின்றுகொண்டிருந்த என்னை அவசரமாய் தன் அருகில் அழைத்தார் ஆசிரியர். தவிப்புடன் நான் வந்து நின்றதும், தன் சைக்கிள் ஹேண்டில்பாரில் தொங்கிக்கொண்டிருந்த பையொன்றிலிருந்து இரண்டு ஆப்பிள் பழங்களை எடுத்து என்னிடம் தந்தார். "இந்தாடா ஆப்பிள் பழம். தின்னுப்பாரு. யாரு கேட்டாலும் கொடுத்திராத. வீடு பக்கத்திலதான இருக்கு? போ, வீட்லயிருந்து தின்னுட்டு பள்ளிக்கூடத்துக்கு வா" என்று உரிமையோடு சொல்லி விரட்டி விட்டார் என்னை. எனக்குத் திகைப்பாக இருந்தது. சந்தோசத்தில் திக்குமுக்காடிப்போய் நின்றேன். இவர் என்மேல் செலுத்துவது அன்பா? அல்லது இரக்கமா என்று புரியாமல் தடுமாறினேன்.

ஒரு மாதத்திற்கு முன்பு நடைபெற்றிருந்த நிகழ்வின் சாரம் இது. கள்ளிக்குளம் தட்சிணமாற நாடார் சங்கக் கல்லூரியில் நாங்குநேரி தாலுகாவிலுள்ள அனைத்துப் பள்ளி மாணவர்களுக்கும் சேர்த்து கட்டுரைப் போட்டி நடைபெற்றிருந்தது. பணகுடி அரசு உயர்நிலைப் பள்ளியிலிருந்து என்னை மட்டுமே சிபாரிசுப் பண்ணி போட்டியில் பங்கேற்க அனுப்பி வைத்திருந்தார் தமிழாசிரியர். எனக்குத் தயக்கமாக இருந்தது. ஆனாலும் எனக்குள் தைரியத்தை ஊட்டியிருந்தார் அவர். போட்டிக்குத் தயாராய் உட்கார்ந்தபோதுதான் தலைப்பைத் தந்திருந்தார்கள். 'மாநில சுயாட்சி' என்பது தலைப்பாகி இருந்தது. அடுத்த இரண்டு வாரத்திலே போட்டியின் முடிவும் வெளியாகியிருந்தது. நான்தான் முதல் பரிசு பெற்றிருந்தேன். என்னைவிடத் தமிழாசிரியரே மிகவும் சந்தோசப்பட்டார். மறுநாள் 'பிரேயர்' கூட்டத்தில் என்னைப் பெருமைப்படுத்திப் பேசியது இன்னும் என் நெஞ்சில் அழுத்தமாகவே பதிந்து கிடக்கிறது. அவரின் அத்தகைய உற்சாகப்படுத்துதலே என்னை மேலும் பல புத்தகங்களை வாசிக்கச் செய்யவும், எழுதச் செய்யவும் தூண்டுகோலாய் இருந்தது என்பது மிகையல்ல.

அவர் ஓய்வு பெற்று வீட்டிலிருந்த வேளை, 'நோக்காடு' என்ற தலைப்பிலான எனது முதல் சிறுகதைத் தொகுதியின் ஒரு பிரதியை அவரிடம் கொண்டுபோய் கொடுத்தேன். மனவெழுச்சியால் உந்தப்பட்டு எழுந்து வந்து எனக்குக் கைகொடுத்ததோடு, "கேள்விப்பட்டேன்... இப்போ பத்திரிக்கையில நெறைய கதை எழுதுறயாமே... சந்தோசமா இருக்குப்பா. எனக்கும் கத எழுதுறதுக்குச் சொல்லித் தாயேம்பா" என்று அப்பிராணியாய் நின்று அவர் கேட்டதைக் கண்டதும் என்னையும் அறியாமல் கண் கலங்கிவிட்டேன். இப்போது அவர் உயிரோடு இல்லாதிருந்தாலும் நான் எழுதத் துவங்கும் முன் அவரின் பூ முகத்தைத்தான் என் மனதில் சூடிக்கொள்கிறேன்.

❍

கள்ளிக்குளம் தட்சிணமாற நாடார் சங்கக் கல்லூரியில் நான் மாணவனாகச் சேர்வதற்கு, அஸ்ஸே நடுநிலைப் பள்ளியில் தலைமை ஆசிரியராகப் பணி செய்து கொண்டிருந்த திரு.நடராஜன் என்பவரே மூலக்காரணமாக இருந்தார். குறைவானப் பணம் கட்டி கல்லூரியில் சேர்வதற்காக அவரின் உதவியை நாடியிருந்தேன் நான். நான் நடுநிலைப் பள்ளியில் படிக்கிற காலத்திலே என்மீது மிகவும் நம்பிக்கை வைத்திருந்த ஆசிரியர் அவர். கல்லூரி முதல்வர் திரு. பால்சாமி அவர்கள் எங்கள் ஊர்க்காரராகவும், தலைமை ஆசிரியருக்குப் பக்கத்துத் தெருக்காரராகவும் இருந்ததால் அந்த நெருக்கத்தைப் பயன்படுத்திக் கொண்டு என்னை விருப்பத்துடன் அழைத்தச் சென்று முதல்வரிடம் ஒப்படைத்தார். அது வெயில் காலம். கள்ளிக்குளம் பேருந்து நிலையத்திலிருந்து முதல்வரின் வீட்டுக்கு அரை கிலோ மீட்டர் தூரமாகவாவது இருக்க வேண்டும். அந்த வேனல் வெயிலிலும் தன் வயசையும் தொப்பைச் சரீரத்தையும் பொருட்படுத்தாமல் தலைமை ஆசிரியர் எனக்கு முன்னால் நடந்து போனதைப் பார்த்தால் இன்றும் அழியாத காட்சியாய் என் கண்களில் நின்று கொண்டிருக்கிறது. ஆனால் அவர் முகத்திலோ நடையிலோ எந்தவொரு தளர்வோ தவிப்போ இல்லாதிருந்ததுதான் என்னை ஆச்சரியத்தில் ஆழ்த்தியிருந்தது. எல்லாம் என்மேல் அவர் கொண்டிருந்த அன்பு மற்றும் அக்கறையின் வெளிப்பாடுதான் அது என்பதைப் புரிந்துகொண்டேன். கல்லூரி முதல்வருடனான அவரின் சிறிதுநேர உரையாடலுக்குப் பின் நூறு ரூபாய் மட்டும் செலுத்தி கல்லூரியின் மாணவன் ஆனேன் நான். விடுமுறையில் ஊருக்கு வந்தபோது எப்போதாவது அவரின் கண்களில் நான் தட்டுப்பட்டுவிட்டாலே, “டேய் படிப்பு எப்படி இருக்கு?”என்று ஆர்வத்துடன் விசாரித்துக்கொண்டார். நானும் சளைக்காமல், “நல்லாப் படிக்கிறேன் சார்” என்று மரியாதையுடன் உண்மையைச் சொன்னேன். “நீ நல்லா படிப்பன்னு எனக்குத் தெரியும்டா. அதான் அப்படிக் கஷ்டப்பட்டு ஒன்னைய காலேஜுல சேத்துட்டு வந்திருக்கென்”.

அவரின் வார்த்தைகள் மானசீகமான வாழ்த்துகளாகத் தோன்றியது எனக்கு.

❍

கல்லூரிப் படிப்பு எனக்கு நெருக்கடியைத் தோற்றுவித்தது. குடும்பத்தில் ஏழ்மையான நிலைமை. கல்லூரியில் அடிக்கடிக் கட்டணங்கள் கட்டச் சொல்லி நச்சரிப்பு. புத்தகம் வாங்கவோ, மாற்று உடுப்புகள் வாங்கவோ முடியாதிருந்த வறுமையின் கொடுமை. என் உயர்நிலைப் பள்ளிப் படிப்பு முடிந்திருந்த

தறுவாயில் அரசியலிலும் பெரிய மாற்றங்கள் நிகழ்ந்திருந்தன. திமுகவை விட்டு எம்ஜியார் வெளியேற்றப்பட்டிருந்தார். திமுகவின்மேல் நான் கொண்டிருந்த மாயையும் சன்னமாய் கரையத் துவங்கியிருந்தது. படிப்படியாக என் மூளைக்குள் பொதுவுடைமைத் தத்துவத்தின் வேர்கள் மெதுவாக உரசிப் பார்க்கத் துவங்கியிருந்தன. சக மாணவர்களின் சம்பாஷணைகளும் தர்க்க நியாயங்களும் பொதுவுடைமைத் தத்துவம்தான் எல்லோரும் சமத்துவமாக வாழ்ந்திடுவதற்குப் பொருத்தமான கோட்பாடாக எனக்குள் உரைக்கத் துவங்கியிருந்தது. அதன் பின்னெழுச்சியாய், கல்லூரியில் பயின்றுகொண்டிருந்த என் நோட்டுப் புத்தகங்களின் முன் பக்கங்களையும் பின் பக்கங்களையும் அரிவாள் சுத்தியல் சின்னங்கள் அலங்கரிக்கத் துவங்கின. வழக்கம்போல பொருளாதார வகுப்பெடுக்க வந்த விரிவுரையாளர் திரு.ஜோதிரன் அவர்களின் கண்களில் அந்த சுத்தியல் – அரிவாள் சின்னங்கள் பட்டுவிட்டன. அவருக்கும் பொதுவுடைமைத் தத்துவத்தில் உடன்பாடு உண்டென்றாலும், நான் அந்தத் தத்துவத்தைக் கைக்கொண்டிருப்பதில்தான் அவருக்கு உடன்பாடு இல்லை போலத் தோன்றியது எனக்கு. பாடங்களின் ஊடாக மார்க்ஸியத்தின் பொருளாதாரக் கோட்பாட்டை உள்புகுத்தி, அதையெல்லாம் மிகப் பெரிய அறிவுஜீவிகளால்தான் புரிந்துகொண்டு நடக்க முடியும் என்று சிலாகிப்பார். அவரின் பராதியான சொற்பிரயோகங்கள் அந்தத் தத்துவத்தைக் கைகொள்ள என்னைப் போன்ற பாமரர்களுக்குத் தகுதி இல்லாததைப் போல நாசூக்காய் அறிவுறுத்தும். அதைப் பற்றி எல்லாம் நான் சட்டைச் செய்யாமல் நான் உண்டு, என் படிப்பு உண்டென்று கிருமமாக இருந்துகொண்டிருந்த சமயம், கல்லூரியில் நடந்தப் பேச்சுப் போட்டியில் நானும் என் பெயர் கொடுத்துப் பங்கெடுத்துக்கொண்டேன். நடுவராக வீற்றிருந்தது திரு. ஜோதிரன் அவர்கள்தான். எனக்கு ஆறுதல் பரிசு அளித்திருந்தார். நானும் பேசுவதற்காகத் தகுந்த குறிப்புகள் எடுத்துக்கொண்டு செல்லாதது என் தவறுதான். ஆனால் அன்றிலிருந்து என் மீதான திரு.ஜோதிரன் அவர்களின் தீர்மானம் மாற்றம் பெற்றிருந்ததை நான் புரிந்துகொள்ளத் துவங்கினேன். அவர் பாடம் எடுக்கச் சென்றுகொண்டிருந்த பிற வகுப்புகளில் என்னைப் பற்றியும் என் பேச்சின் திறமையைப் பற்றியும் சிலாகித்துப் பேசியதாக அறிந்துகொண்டேன். அன்றிலிருந்து என்னோடு மிகவும் இணக்கமாகப் பேசிக்கொள்ளத் துவங்கினார் அவர். என்னுடைய ஏழ்மையும் அவரின் இதயத்தைப் பாதித்திருக்க வேண்டும். பொருளாதாரப் புத்தகங்களை வாங்கித் தந்தார். நேரடியாகவே என் படிப்பின் வளர்ச்சிக்கு ஊக்கம் அளிக்கத் துவங்கினார். புதுமுக (பி.யூ.சி) வகுப்பில் கலைப் பிரிவுப் பாடங்களில் அந்தக்

கல்லூரியில் நான் மட்டுமே முதல் வகுப்பில் தேறியிருந்ததைக் கண்டு என் பட்டப் படிப்பில் நான் சிறப்பாகத் தேர்வுப் பெற என்மேல் அதிக அக்கறை எடுத்துக்கொண்டார். வறுமையின் நெருக்குதலிலிருந்து என்னையும், வயதான என் பெற்றோர்களையும் காத்துக்கொள்வதற்கு ஏதுவாய் தூத்துக்குடி துறைமுகத்தில் எனக்கு எழுத்தர் பணி கிடைத்ததும் பட்டப் படிப்பை இரண்டாவது வருடத்திலே விட்டுவிட்டு நான் கல்லூரியிலிருந்து வெளியேறியபோது எனது முடிவு சரியென்பதை ஒப்புக்கொண்ட ஒரே ஆசிரியராக அவர் மட்டுமே இருந்தார். கல்லூரிக் காலத்தில் அவர் எனக்குள் விதைத்திருந்த சிந்தாந்தம்தான் இப்போது நான் தலித்தியத்தைக் கைகொள்வதற்கு ஆதர்சமாக இருக்கிறது என்பதுதான் நிஜமானது.

❍

தலித் எழுத்துக்களின் கூர்மையை ஆதிக்கச் சாதிகளைக் காயப்படுத்துவதன் மூலமே சோதித்துப் பார்க்க வேண்டியதா யிருக்கிறது. ஒவ்வொரு காலகட்டத்திலும் என் அடுத்தப் பரிமாணத்திற்கு எனக்கு ஊன்றுகோல்களாய் நின்றிருந்த ஆசிரியர்கள் ஆதிக்கச் சாதிகளை சார்ந்தவர்களாய் இருப்பினும், என் ஆதிக்கச் சாதிப் பட்டியலில் அவர்கள் சேர்த்தியில்லை என்ற சிந்தனைத் தெளிவுடனே என் படைப்புக்களை உருவாக்குகிறேன். தொழில் நிமித்தம் அவர்கள் ஆசிரியர் பணியை கைக்கொண்டிருந்தாலும் பண்பாடு நிமித்தம் ஒரு திறமையுள்ள மாணவனை சாதியக் கூண்டுக்குள் நிறுத்தி நிர்மூலமாக்கி விடாமல் அவனின் முன்னேற்றத்தில் அக்கறை கொண்ட மனிதாபிமானிகளாய் அவர்களை உருவேற்றிக் கொள்கிறேன். திருமண விளம்பரத்தில்கூட ‘சாதித் தடையில்லை’ என்ற அறிவிப்பு வரிக்கு அடுத்து அடைப்புக் குறிக்குள் ‘தாழ்த்தப்பட்ட, பழங்குடியினர் நீங்கலாக’ என்று தலித்துக்களைப் பேதம் பிரித்து அவமானப்படுத்தும் நவீன ஆதிக்க யுகத்தில் தலித் அல்லாதவர்கள் எல்லோரையும் ஆதிக்கச் சாதிகளாகவே அர்த்தப்படுத்த வேண்டியதிருக்கிறது. ஆனால் தலித்துக்களின் முன்னேற்றத்தில் அக்கறைச் செலுத்தும் ஆதிக்கச் சாதியினரை சாதியற்றவர்களாகவே ஏற்றுக்கொள்ளத் தோன்றுகிறது.

நானும் எனது கல்வியும்
விழி. பா. இதயவேந்தன்

"ஒரு வகுப்பினர் இன்னொரு வகுப்பினரை அடக்கி ஒடுக்குவதும், இழிவாக நடத்துவதும் ஆகிய இந்த நிலை தொடர்ந்து நீடிக்கும் வரை இந்தியாவில் சுதந்திரமான ஒரு சமுதாயத்தை உருவாக்க முடியும் என்று நான் நம்பவில்லை. இருந்தாலும் சோசலிசக் கோட்பாட்டில் எனக்கு நம்பிக்கை இருக்கிறது..."

டாக்டர் பி. ஆர். அம்பேத்கர்

நமது நாட்டில் கல்விமுறை என்பது மெக்காலே வகுத்துத்தந்த வழிமுறைப்படி நடந்துகொண்டிருக்கிறது. ஒவ்வொரு ஆட்சியாளர்களின் கல்வி முறையில் சீர்திருத்தம் என்பது வளர்ச்சிக்கான ஒரு மாயத் தோற்றத்தையே வெளிப்படுத்துகிறது. புதிய கல்விக்கொள்கை என்பதின் வாயிலாக கல்வியில் அறிவுப்பூர்வமான ஆய்வுமுறைகளும் சுயமுன்னேற்றத்திற்கான படிநிலைகளுமின்றி ஏட்டளவில் கற்றுத்தேற வேண்டிய சூழல் உள்ளது.

கல்விக் கூடங்களில் ஆசிரியர்களுக்கேற்ற மாணவர்கள் அமைவது என்பதும் மாணவர் மனநிலைகளைப் புரிந்துகொண்டு

அவர்கட்கு கல்வி, நல்லொழுக்கம், நற்பண்புகள் புகட்டும் ஆசிரியர்கள் அமைவதும் மிக மிக கடினமாகவே உள்ளது. படிப்பதற்கேற்ற நல்ல சூழலும் எளிதாய்ப் புரியும்படி கற்றுத்தரும் பாங்கும் ஒருங்கே அமைவதில்லை. அதிலும் கிராமப்புற வறுமைக்கோட்டின் கீழுள்ள ஏழை எளிய மக்கள் குறிப்பாய் ஒடுக்கப்பட்ட தலித் மக்கள் கற்றுத் தேறிவருவது மிகச்சிரமமான குடும்பச் சூழலாக அமைந்துவிடுகிறது.

வறுமைப்பிடியில் சிக்கி அடிப்படைக்கல்விகூட கிடைக்காத சூழலே பலருக்கு இங்கு நிலவுகிறது. குறைந்த சதவீத தலித் மாணவர்களே உயர்நிலைக் கல்வியைத் தொடுவதும் பட்டப்படிப்பு, ஆராய்ச்சிப் படிப்பு வரை படிக்க முன்வருவதும் இங்கு நிகழ்கிறது.

அரசின் கல்வி குறித்தான இலவசங்களும் பாடத்திட்ட வழிமுறைகளும் தலித் மாணவர்களை வெகுவாய்க் கவர்ந்து அவர்களை முன்னுக்குக் கொண்டு வருவதில் சமூக ரீதியாகப் பல்வேறு தடைகள் உள்ளன. தலித் மக்களின் வாழ்வாதாரங்கள் பின்னுக்குத் தள்ளப்பட்ட நிலையில் பொருளாதார ரீதியாக ஒடுக்கப்பட்ட-ஒதுக்கப்பட்ட தலித் குடும்பத்திலிருந்து மாணவர்கள் கல்விபெற்று உயர்வு பெறுவது என்பது இயலாத காரியமாகும்.

இத்தகைய சூழலுக்குக் காரணம் சமூகத்தில் நிலவும் அரசியலும் அதன்பாலுள்ள சாதிய ஆதிக்கமும்தான். இந்தியாவில் பெரும்பாலான பட்ஜெட்கள் ராணுவம் போன்று பல்வேறு காரியங்களுக்கு முன்னுரிமை அளிக்கின்றதேயொழிய கல்வி சார்ந்தும் அதன் முன்னேற்றத்திற்கும் குறிப்பாய் தலித் மக்களின் கல்வி வளர்ச்சிக்கும் முன்னுரிமை தருவதில்லை.

தலித் மக்களுக்கு ஒதுக்கப்படும் நிதியாதாரங்கள் கூட முழுவதும் பயன்பாடின்றித் திருப்பப்படுவதும், குறைந்தபட்ச ஒதுக்கீட்டுத் தொகைகள்கூட கடைசிவரைப் போய்ச் சேராமல் முடங்கிவிடுவதும், அடிப்படைரீதியாக தலித் குடும்பங்களை பெரிதும் வாட்டி எடுக்கிறது. அரசைப் பொருத்தவரையில் இம்மண்ணின் பூர்வகுடிகளான தலித்துகளின் உரிமை என்று பார்க்காமல் சாதியக் கண்ணோட்டத்துடன் சலுகையாகப் பார்க்கிறது.

என்னதான் கஷ்டப்பட்டு படித்து முன்னேறினாலும் தலித்துக்களை நால்வர்ண சாதியத்தின் பாலுள்ள இச்சமூக அமைப்பில் அவர்களை ஒதுக்கியே வைத்துள்ளது. இதைத்தான் டாக்டர் பி.ஆர்.அம்பேத்கர் "பிறப்பின் அடிப்படையில் தாழ்ந்து கிடக்கிற ஒரு மனிதனுக்குத் தகுதியின் அடிப்படையில் உரிய இடத்தை உங்களில் வாங்கித்தரமுடியுமா?" என சாதி இந்துக்களைப் பார்த்து கேள்வி கேட்கிறார்.

தொகுப்பு: ரவிக்குமார்

நான் கல்வி பெற்றது மேற்காணும் சூழலோடு நான் போராடி ஜெயித்ததன் அடையாளம்தான். மாதா, பிதா, குரு, தெய்வம் என்பார்கள். எனக்கும் அப்படித்தான் அமைந்தது அடிப்படையில் எனக்கு சிறு வயது முதற்கொண்டே கடவுள் நம்பிக்கை என்பதில்லை. காரணம் எனது தந்தை கோ. பாவாடை திராவிடக் கட்சியைச் சார்ந்து இருந்தார்.

சிறு வயதில் ஒருமுறைக் கையைப் பிடித்து விழுப்புரத்தில் மந்தக்கரை மைதானத்தில் நடக்கும் கூட்டம் ஒன்றிக்கு அழைத்துச் சென்று மணல் தரையில் உட்காரவைத்தார். ஒரு பெரியவர் வெகுநேரமாகப் பேசிக்கொண்டிருந்தார். கருஞ்சட்டை, வெள்ளைவேட்டி, அவர் நீண்டநேரம் பேசியது எனக்குச் சரிவர புரியவில்லை.

“யாரப்பா இவர்” என்றேன்.

“இவர்தான் தந்தை பெரியார்” என்றார் தந்தை.

அருந்ததியர் இனத்தைச் சேர்ந்த எனது தாய் பாக்கியம் நகராட்சியில் பணிபுரிந்த துப்புரவுத் தொழிலாளி. அம்மா படிப்பறிவு இல்லாதவர். தந்தை அவர் காலத்தில் எட்டாம் வகுப்பு படித்தவர் என்பதால் நான் நன்றாகப் படிக்க வேண்டும் என்று கற்றறிந்த பலரை அணுகி உதவியும் வழிமுறைகளும் அடிக்கடி கேட்டது எனது நினைவுக்கு வருகிறது.

தலித் மாணவர்கள் சிறந்த கல்வி பெறுவதற்கும் அவர்களை முறையாக வழி நடத்துவதற்கும் போதிய ஞானமின்றிப் பலர் பலவிதமாக திசைமாறிப் போய்விடுகிறார்கள். மாறாக எனது தந்தைக்கு சிறு கல்வி அறிவு இருந்ததால் பலரோடு தொடர்புகொண்டு குறைந்தபட்ச திசைவழியை உருவாக்கித் தந்ததை அய்யன் திருவள்ளுவன் சொல்வது போல “தந்தை மகனுக்கு ஆற்றும் உதவி...” என்று இன்றளவும் நினைத்துப்பார்க்கிறேன்.

நான் நான்காம் வகுப்பு வரை விழுப்புரம் அருகே 5 கி.மீ. தொலைவிலுள்ள வழுதரெட்டி கிராம அரசு ஆதிதிராவிட நலப்பள்ளியில் படித்தேன். தலித் மாணவர்களுக்கு அன்போடும், அரவணைப்போடும் இருந்த வீரப்பன் ஆசிரியரை ஆதிக்கச் சாதியைச் சார்ந்த தலைமை ஆசிரியர் அடிக்கடி கண்டித்ததோடு ஒருநாள் அவரின் மண்டையைக் கோடு போடும் தடியால் உடைக்கும் அளவிற்கு வன்மம் வளர்ந்துவிட்டது. ஏழை மாணவர்கள் மீதான அலட்சியமே அங்கு நிலவியதைக் கண்டு என் தந்தை விழுப்புரத்திலுள்ள ஆதிக்க சாதியினர் படிக்கும் துவக்கப்பள்ளியில் 5ஆம் வகுப்பில் சேர்த்தார்.

அதுமுதல் விழுப்புரத்தின் வடக்குப்புறமாக ஒதுங்கியுள்ள

புறாக்குட்டை என்னும் 'சக்கிலியர்கள் தெரு'வில் குடியிருந்தோம். அம்மா நகராட்சிப் பணிக்கு மற்றப் பணியாளர்களோடு சேர்ந்து இங்கிருந்தே அதிகாலையில் புறப்பட்டு போய்வருவார். சக்கிலியர் தெருவிலிருந்து இருவர் நகராட்சி துவக்கப்பள்ளியில் படித்தோம். என்ன காரணமோ வகுப்பறையில் ஆண் மாணவர்கள் பின்னால் கடைசியில் தனியாக நானும் பெண்கள் பின்னால் எங்கள் தெரு செங்கேணியும் உட்கார்ந்திருந்தோம். இது வெகுநாளாகத் திட்டமிட்ட உத்தரவாக இருந்தது. பிற சாதிய மாணவர்களைவிட்டு நாங்கள் சாதி ரீதியாகத் தனிமைப்படுத்தப்பட்டதை பிற்காலத்தில் உணரமுடிந்தது.

ஆறாம் வகுப்பு முதல் எட்டாம் வகுப்புவரை விழுப்புரம் நடராசா நடுநிலைப்பள்ளியில் (உதவி பெறும் பள்ளி) படித்தேன். வகுப்பாசிரியர் கலியபெருமாள் தலைமை ஆசிரியர் கோவிந்தன் (தலித் அல்லாதவர்கள்) இருவரும் கண்டிப்பானவர்கள். சாதிப் பாகுபாடின்றி கல்வி கற்றுத் தருபவர்கள். வீட்டுப்பாடம் எழுதிவராவிட்டால் முட்டிப் போடவைத்து அடிப்பதில் கெட்டிக்காரர்கள். என்னோடு த. பாலு (இப்போது ஆசிரியர்) உடன்படித்தார். என்னைவிட அவர் சிறப்பாகப் படிப்பார். மேடைப் பேச்சுகள் பேசுவார்.

ஒன்பது முதல் பன்னிரெண்டாம் வகுப்புவரை விழுப்புரத்திலுள்ள திரு காமராசர் நகராட்சி மேனிலைப்பள்ளியில் படித்தேன். அப்போது ஐ.ப. அன்புசிவம் (கவிஞர் அன்பாதவன்) போன்ற தலித் மாணவரும், அரங்க. பார்த்திபன் போன்ற பிற சாதி மாணவர்களும் என்னோடு நெருக்கமானார்கள்.

பத்தாம் வகுப்பில் அப்போதுள்ள கல்விமுறையில் அதிக மதிப்பெண் பெறுவது (1978) கடினம். இருப்பினும் ஆசிரியர் தினகரனிடம் (தலித் அல்லாதவர்) தனிப்பயிற்சியில் சேர்ந்தேன். ஆங்கிலமும், கணக்கும் எனக்குக் கடினமாக இருந்தன. சாதி வித்தியாசம் பாராமல் என்னிடம் நெருங்கி கணக்குகள் போட்டுக் காண்பிப்பார். காலை 6 மணிக்குச் சரியாக வந்துவிடவேண்டும். நான் 5 மணிக்கே எழுந்து எங்கள் தெரு கைப்பம்பில் தண்ணீர் அடித்து காற்றானாலும் மழையானாலும் வெயிலானாலும் குளித்து முடித்து இருக்கும் பழைய சட்டை ஒன்றை மாட்டிக்கொண்டு சுமார் 5 கி.மீ. தொலைவு நடந்து வந்துவிடுவேன்.

பல மாதங்கள் தனிப்பயிற்சிக் கட்டணம் கட்ட முடியவில்லை. அம்மா ஒரு சமயம் ஓவென்று அழுதேவிட்டார். "ஏன்டா என் உயிர எடுக்கிற..." எனக் கடிந்துகொண்டார். காரணம் அம்மா மட்டுமே ஈட்டிய குறைந்த வருவாயில் நான் அம்மா, அப்பா, தங்கைகள் மூன்று வேளை சாப்பிடுவது என்பது முடியாத

காரியம். அப்பாவுக்கு கண்பார்வை குறைவு என்பதால் ஏதும் வேலை செய்யவில்லை.

கடனவொடன வாங்கி அம்மா கொடுக்கும் பணத்தை ஆசிரியரிடம் தாமதமாகக் கொடுப்பேன். நிலமையைக் கேட்ட தினகரன் ஆசிரியர் தேர்வு நெருங்கும் மூன்று மாதம் முன்னால் பணம் வேண்டாம் என்று சொல்லிவிட்டார். பயிறிசியிலிருந்து என்னை நிறுத்திவிடுவாரோ என்ற அச்சம் எனக்குள் இருந்தது. ஆனாலும் விடவில்லை. காலை மாலை சளைக்காமல் பயிற்சி கொடுத்தார். 500க்கு 247 மதிப்பெண்கள் மட்டுமே பள்ளி இறுதித் தேர்வில் (எஸ்.எஸ்.எல்.சி) பெற முடிந்தது.

பதினொன்றாம் வகுப்பு அறிமுகப்படுத்தப்பட்டபோது (1979) நான் முதல் முறை மாணவர்களில் ஒருவன். அப்போதும் எனது தாய் தந்தையிடம் சொல்லி கெஞ்சி ஆசிரியர் பி. இராமலிங்கம் (தலித் அல்லாதவர்) அவர்களிடம் தனிப்பயிற்சிக்கு சேர்ந்தேன். அவர் பள்ளியிலும் சரி, தனிப்பயிற்சியிலும் சரி, என் மீது தனி அக்கறை கொண்டிருந்தார். இரவு நேரங்களில் பன்னிரெண்டாம் வகுப்பு படிக்கும் காலத்தில் அவரது தனிப்பயிற்சி அறையில் மின்விளக்கு வசதியோடு படிக்க என்னைக் கட்டாயப்படுத்தினார். காரணம் அப்போது எங்களுக்கு வீடுமில்லை. வாடகைக் குடியிருப்பில் மின் வசதியுமில்லை. பன்னிரெண்டாம் வகுப்பு முடிக்கும் கடைசி நான்கைந்து மாதங்கள் தனிப் பயிற்சிக் கட்டணம் வாங்க மறுத்துவிட்டார்.

என் மீது தனிப்பற்றும் அக்கறையும் கொண்ட அன்னாருக்கு அவர் ஓய்வு பெற்றுவிட்டபோது நான் பணிபுரிந்த அலுவலகத்தில் காலியாயிருந்த கணக்கெடுப்புப் பணி அதிகாரி பணியில் ரூ.12,000 மாத ஊதியத்தில் ஓராண்டு காலம் அவருக்கு வேலை பெற்றுத் தந்ததை நன்றியோடு அடிக்கடி கூறுவார். பனிரெண்டாம் வகுப்பில் 777 மதிப்பெண்கள் பெற்று தேர்ச்சி பெற்றேன். அதுவே எனக்குப் பெரிய விசயமாகப்பட்டது. கல்லூரியில் என்ன பிரிவு எடுக்கலாம் என்பதற்கு ஆசிரியர் தினகரன் வழிகாட்டியாய் இருந்தார்.

விழுப்புரம் அறிஞர் அண்ணா அரசுக் கலைக்கல்லூரியில் பி.காம்., வகுப்பில் (1980–83) சேர்ந்தபோது பேராசியர். சிவசுப்பிரமணியன் மற்றும் எர்னஸ்ட் ராஜா (த.அ) ஆகியோர் எனது மேல்படிப்புக்கு வழிகாட்டியாகவும், கணக்கியல் தனிப்பயிற்சிக்கும் உதவினார்கள்.

அந்தக் கல்லூரி காலகட்டங்களில் தோழர் த.பாலு மூலம் முற்போக்கான கலை, இலக்கியம், அரசியல்நோக்கி கவரப்பட்டேன். நக்சல்பாரி அரசியல் பின்னணியிலிருந்து

இயக்கமாய் இயங்கினேன். பேராசிரியர் பா.கல்யாணி (பிரபா. கல்விமணி) பேராசிரியர் த.பழமலய், பேராசிரியர். உலோகியா ஆகிய தலித் அல்லாதவர்கள் கல்வி, இலக்கியம் உள்ளிட்ட எல்லாவற்றிற்கும் வழிகாட்டியாய் அமைந்தார்கள். 'நெம்புகோல்' என்னும் மக்கள் கலை இலக்கிய இயக்கத்தை ஆரம்பித்து ஏராளமான கூட்டங்கள் நடத்தினோம். சமூகத்தளத்தில் கற்றுக்கொள்ளும் ஓர் மாணவனாகப் பேராசிரியர். பழமலய், பேராசிரியர் உலோகியா அவர்களோடு வீட்டில், கல்லூரியில் பொது நிகழ்வுகள் எனப் பல இடங்களில் ஏராளமான நேரங்களை செலவழித்திருக்கிறேன்.

மூன்றாண்டு கால கல்லூரி வாழ்விலும் சரி அதன் பிறகான நாட்களிலும் சரி பலர் பாகுபாடின்றி என்னை வழிநடத்தியிருக்கிறார்கள். எழுத்தாளர் பா.செயப்பிரகாசம் (சூரியதீபன்), பேராசிரியர் கோ.கேசவன், பேராசிரியர் அ.மார்க்ஸ், முனைவர் பஞ்சாங்கம், முனைவர் பத்மாவதி விவேகானந்தன், முனைவர் சற்குணம், தோழர் பொன்னீலன், பிரபஞ்சன், கோவை ஞானி, பேரா. து.திருநாவுக்கரசு, பேரா. சபாநாயகம், பேரா.சே. கோச்சடை, முனைவர் ம. ராஜேந்திரன், மு. ஞானசூரியன், ஆ. இரவிகார்த்திகேயன், சீனு. தமிழ்மணி, பாவண்ணன். ட்டி. இராஜேந்திரன், ஆசிரியர் த.பாலு, இரா. இராமமூர்த்தி உள்ளிட்ட தலித் அல்லாத எழுத்தாளர்கள், ஆசிரியர்கள், பேராசிரியர்கள், சிந்தனையாளர்கள் எனது வளர்ச்சிக்கு உறுதுணையாக இருந்திருக்கிறார்கள்.

நான் எழுதிய முதல் சிறுகதை நூலான 'நந்தனார் தெரு' சிறுகதைத் தொகுப்பை முன்வைத்து "தந்தை டானியல் தலித் இலக்கிய விருதினை" முதன்முதலாய் ஆசிரியர் எழுத்தாளர் இரா.நடராசன் (கடலூர்) வழங்கினார்.

கல்லூரி படிப்பிற்குப் பிறகு எம்.காம்., பி.ஐ..டி.பி.எம்., பி.ஐ.எல்., எம்.ஏ., எம்.பில்., ஆகியவை முடித்துவிட்டு முனைவர் பட்டம் படிக்க முயன்றபோது பேரா. முனைவர் பத்மாவதி விவேகானந்தன் (த.அ) என்னிடம் உரிமையோடுப் பேசினார்கள்.

"இதுவரை படித்தது போதும், இனிமேல் நீங்கள் செய்ய வேண்டிய காரியம் நிறைய உள்ளது. தலித் மக்களைப் பற்றி கதை கவிதைகள் மட்டும் எழுதினால் மட்டும் போதாது. களத்திலே நின்று உரிமையோடு போராட வேண்டும். இன்னும் நிறை தலித் இலக்கியம் படைக்கவேண்டும். அது உங்களால் முடியும்..." என்றார்.

பேரா. முனைவர் பத்மாவதி ஆய்வு நூல்கள் எழுதும்போது என்னிடம் உள்ள ஆயிரக்கணக்கான நூல்களை வீடு தேடிவந்து

படித்து என் வீட்டிலேயே பலமுறைத் தங்கி உணவருந்தி குறிப்புகள் எடுத்துக்கொண்டும் சில நூல்களை படிக்க எடுத்துச்சென்றும் படித்த பிறகு வந்து ஒப்படைப்பார்கள். அவர்களின் அறிவுரையைக் கேட்டபிறகு படிப்பதை நிறுத்திக்கொண்டேன். இலக்கியம் தொழிற்சங்கம் என வட்டத்தை வரையறுத்துக்கொண்டேன்.

டாக்டர் அம்பேத்கர் நூற்றாண்டுக்குப் பிறகு குறிப்பாய் 1990க்குப் பிறகு தலித்துக்களின் எழுச்சி பிற சாதியினருக்கு அச்சுறுத்தலாய் இல்லாமல் இருந்தாலும் சமூகத்தில் சிறு அசைவை உருவாக்கியதை உணர முடிந்தது.

எனது கல்விச் சூழலில் வழக்கறிஞருக்கு படிக்கவேண்டும் என்றிருந்த நிலை மாறிபோய்விட்டது. சென்னை மற்றும் புதுச்சேரி சட்டக்கல்லூரியில் நுழைவுத் தேர்வெழுதி சேர இடம் கிடைக்கவில்லை. தாயார் இறந்த நகராட்சி அலுவலகத்தில் கருணை அடிப்படையில் கீழ்நிலைப் பணியில் சேர்ந்தேன். கற்ற கல்விக்கான பணியில்லை அது. குடும்ப வறுமை காரணமாக இப்பணிக்குத் தள்ளப்பட்டேன்.

தலித்துக்களுக்கு முதல் எதிரி தலித் மக்களிடத்தில் உள்ளதை நான் கல்வி கற்ற நாள்முதல் அனுபவப்பூர்வமாக உணர்ந்திருக்கிறேன். அது தலித் மக்களின் அறியாமையும் அடிப்படை அரசியலைக்கூட உள்வாங்காத நிலையையும் எண்ணி நான் வியந்திருக்கிறேன். அதற்கான தலித் அரசியல் இயக்கங்கள் தலித் மக்களுக்கு அடிப்படைக் கல்வி, அரசியல், பண்பாடு வரை வழிகாட்டியாய் அமையவேண்டும் என்பதுதான் நான் வாழ்நாளில் பெற்றக் கல்வியின் வாயிலாகக் கற்றுக்கொண்ட பாடம்.

தலித் அல்லாதவர்கள் தலித்துக்களுக்கு வழிகாட்டுவதைப் போல அடிப்படை விவரங்கள் அறிந்திராத தலித் அல்லாத வர்களுக்கு தலைமையேற்று வழி நடத்த தலித்துகளால் ஏன் முடியாது என்கிற வினா எனக்குள் அடிக்கடி எழும். ஒடுக்கப்பட்ட தலித் மக்களின் சாதி விடுதலையில்தான் சமூக விடுதலை சாத்தியம் என்பதுதான் நான் கற்ற அரசியல், கல்வி.

கரம் கோர்த்து கரை சேர்ப்பவர்

அ. ஜெகநாதன்

ஒன்றாய் உணர்தல் என்பது ஒன்றாய் உணர்வு கொள்ளத் தக்கவரோடு ஒருவர் அவரது சூழலுக்குள்ளேயே நுழைவது ஆகும். அது ஒரு கலகம் நிறைந்த முற்போக்கு மனநிலையாகும்... உண்மையான ஒன்றிணைதல் என்பதும் உண்மையான அன்புசால் செயல்பாடு என்பதும் தொடர் நிகழ்வாயும் வழக்கமாகவும் இருப்பதன் மூலமே முழுமை அடைய முடியும்.

பாவ்லோ ஃப்ரேர்

சமணத் தடங்களால் தொளிமிதிக்கப்பட்ட நிலப்பரப்பில் படர்ந்த கட்டடங்களைக் கொண்டது தான் மதுரை காமராசர் பல்கலைக்கழகம். அப்பல்கலைக்கழகத்தின் ஒரு கட்டிடத்திற்குள் கறுத்த முகத்துடன் நடுத்தர எடையும் உயரமும் கொண்ட ஒருவர் புத்தகங்கள் சூழப்பட்ட மேசைக்கு உட்புறம் அமர்ந்திருந்தார். அந்த அறைக்குள், தற்போது பேராசிரியராக இருக்கும் அருளப்பன் மற்றும் சார்லி ஆகியோர் என்னை அழைத்துச் சென்றனர். அவரது தோற்றம் என்னை மலைக்க வைக்கவில்லை. பயம் கொள்ளச் செய்யவில்லை. எனது கிராமத்தின் நடுவயதுக்காரரை ஒத்த ஒருவரை நான் புதிதாக சந்திக்கும் எண்ணம்தான் அப்போது எனக்கு ஏற்பட்டது.

◯

தொகுப்பு: ரவிக்குமார்

புத்தாயிரத்தின் தொடக்கம் எனது கிராமத்திற்குச் சாபமாக நேர்ந்தது. பறையர் – பள்ளர் மோதலில் எழுவர் படுகொலை செய்யப்பட்டனர். காவல் துறையினரின் மூர்க்கத்தனம் இரண்டு கிராமத்தையும் (ஒவ்வொரு தெருவும் இணைய முடியா கிராமமாகத்தான் தொழில்படுகிறது) சல்லடையாக்கியது. பலரது வாழ்க்கைத் தடம் பலவந்தமாய் இடறி விழுந்தது. 50க்கும் மேற்பட்ட குடும்பங்கள் தத்தமது வேர்களைப் பிடுங்கிக் கொண்டு வேறு ஊர்களுக்குப் புலம்பெயர்ந்தது. வாய்ப்பற்ற ஏழைகள் பயத்தோடும் அச்சத்தோடும் வேறு வழியின்றி ரணங்களோடும் நிலை கொண்டது. அப்படிப்பட்ட ஒரு குடும்பத்தின் உறுப்பினர் தான் நான்.

கலவரம் என்ற சொல் எனது அனுபவத்தில் கிராமங்களை நேர்மறையான சலனத்திற்கு உட்படுத்தவில்லை. கிராமம் ஜனநாயகப்படவில்லை. ஒரு வகையான சுதந்திர தாகத்தை தீர்க்கவில்லை. மாறாக கிராமம் சாதிகளால் இறுக்கமாகக் கட்டப்பட்டுவிட்டது. பரந்த வெளியின் பயணச் சுதந்திரம் தடை பெற்றுவிட்டது. மலைகளால் சூழப்பட்ட எனது கிராமத்தின் பஞ்ச பூத ரகசியம் அறியும் மனிதர்கள் இல்லாமல் போய்விட்டனர். சூரியனின் அஸ்தமனம் மரண பயத்தோடு உயிர்காத்தல் என்பதின் ஊடாக சாதிக்குள் முடங்கிப் போக வைத்தது. கிராமத்தின் பொது வெளியான செக்கடி, சாராயக்கடை, பேருந்து நிலையம், சினிமாக் கொட்டகை என்பதான அனைத்தும் முடக்கப்பட்டு விட்டது. அந்நியமான ஒரு சமூகத்திற்கு ‘கலவரம்’ என்ற சொல் மேலும் மேலும் அந்நியத்தைப் பிரயோகித்து சாதிக்குள் மட்டுமே ஒருவனை தேடுவதற்கு நிர்பந்தித்தது எனில் ‘கலவரம்’ என்பது எதற்கு?

எனது கிராமத்தில் ஏற்பட்ட கலவரத்தால் தடம் புரண்ட வாழ்நிலை எனக்கு. இளங்கலை கணிதம் முடித்திருந்த தருணத்தில் முதுலை கணிதம் படிப்பதற்கு தலைநகரின் கல்லூரி ஒன்றிற்கு நான் சென்றிருந்தேன். எனது வறுமையும் தலைகரின் படோடம்பங்களும் என்னை அந்நியப்படுத்தி நான் நன்றாக புழங்கிய மதுரைக்குள் மீண்டும் என்னைத் துரத்தியடித்தது. உயர்கல்வி என்பது கனவாய்ப் போய்விடும் என்ற தருணத்தில்தான் ந.முத்துமோகன் எனும் பெயர் எனக்குள் நம்பிக்கையின் சுவாசத்தை உள்நுழைத்தது. அப்போது அவர் எம்.ஏ கல்ச்சுரல் ஸ்டடீச் எனும் கோர்ஸ் ஒன்றை குருநானக் இருக்கை வாயிலாகத் தொடங்கியிருந்தார். அப்படிப்பில் சேருவதற்குத்தான் என்னை அருளப்பன் அண்ணன் ந. முத்துமோகன் அவர்களின் அறைக்கு அழைத்துச் சென்றார்.

❍

எனது முதுகலைப் படிப்பிற்கான சேர்க்கைத் தொகை ரூ.5/– மட்டும் தான். இது 1950இல் அல்ல. 2000த்தில் தான். இத்தகைய அதிசயம் ஒன்று மதுரை காமராசர் பல்கலைக்கழகத்தில் நடந்தேறியது. பல்கலைக்கழகத்திற்குள் தலித் மாணவர்களின் எண்ணிக்கை கணிசமாக உயர்ந்திருந்தது. குறிப்பாகக் கலைப் பிரிவு என்பது தலித் மாணவர்களின் தயவால் உயிர் பெற்றிருந்தது. அதற்கு ஒரு காரணம் சேர்க்கைக் கட்டணம். 2014ஆம் ஆண்டிற்கான ஒரு எம்.ஏ மாணவனின் சேர்க்கை கட்டணம் 2950/–ரூபாய். பதிநான்கு ஆண்டிற்குள் 3000 மடங்கு கட்டணம் அதிகமாகியுள்ளது. ஆனால் தலித்துகளின் வாழ்க்கைத் தரம்? 2004ஆம் ஆண்டு மதுரை காமராசர் பல்கலைக்கழகத்தின் தேர்வுக்கட்டுப்பாட்டு அதிகாரியாக வந்த ஒரு பேராசிரியர் தான் இத்தகைய கட்டண உயர்வுக்குக் காரணமானவர். ந. முத்துமோகனோடு ஓய்வு பெற்ற அந்தப் பேராசிரியர் தற்போது துணைவேந்தராக இருக்கிறார்.

பல்கலைக்கழக வளாகத்திற்குள் தலித் மாணவனின் அந்நியத்தன்மை என்பது இன்று வரை ஆய்வுக்குட்படுத்தப் படவில்லை. சமூகங்கள் சாதிகளால் சூழப்பட்டிருந்த போதிலும் ஒவ்வொரு சாதியும் பிற சாதிகள்மீது அவநம்பிக்கையைக் கொண்டுள்ளது. இத்தகைய அவநம்பிக்கையே ஒரு மனிதனை அந்நியத்தன்மை கொண்டவனாக உருவாக்குகிறதுது. அவனது சாதிக்குள்ளாவது இது அகற்றப்படுகிறதா? எனில் இல்லை எனலாம். ஏனெனில் சாதியின் வர்க்க குணங்கள் சாதியைச் சுரண்டுவதிலேயே கவனம் கொள்கின்றன. வேறு வார்த்தையில் சொல்வதென்றல் சாதி, சாதியைச் சுரண்டுகிறது. இத்தகைய சுரண்டலிலிருந்து ஒரு மனிதன் தப்பித்து வேறு சமூகத்தோடு ஒட்டிக்கொள்வதற்கு இங்கு ஒரு அமைப்பு என்பது இல்லாத சூழலில் ஒரு தலித் மாணவன் தனது அந்நியத்தன்மையை எவ்வாறு உதறிக் கொள்வது?

ஒரு தலித் மாணவன் வகுப்பறையில் எவ்வாறு தன்னை அந்நியப்பட்டவனாகக் காணுகிறான்? இருக்கும் பாடத்திட்டங்கள் அனைத்தும் அவனுக்கு தான் கடந்து வந்த சமூகச் சூழலை நினைவு படுத்துவதாகவே இருக்கிறது. அத்தகைய பாடத்திட்டத்தின் அடிப்படையில் பாடம் நடத்தும் ஆசிரியர் ஒரு மாணவனின் வகுப்பறை இருப்பு எவ்விதத்தில் பாதிக்கப்படுகிறது என்பதை முதலில் அறிய மறுக்கிறார். ஒரு மாணவன் பசியைத் தின்று அமர்ந்திருக்கலாம். சமூகத்தின் சாதிய நிகழ்வுகள் அவனை சுழற்றி அடித்த காயங்களுடன் ரணப்பட்டு அமர்ந்திருக்கலாம். அல்லது, தனிமனித தேவையின் வேதனையில் அவன் அமர்ந்திருக்கலாம். இவை குறித்து ஆசிரியர் கவலைப்படாத தருவாயில் அந்த வகுப்பு

அவனை முதலில் அந்நியப்படுத்துகிறது. அதற்குப்பின் அந்த ஆசிரியர் பாடத்திட்டத்தில் உள்ள பாடத்தை ஆரம்பிக்கிறார். "ஒரு சேரியில் இருக்கும் சிறுவனை கவனத்துடன் அணுக வேண்டும். அவன் அழுக்காக இருப்பான். குளிக்கமாட்டான். அவனுடம்பிலிருந்து வீச்சம் அதிகமாகும். அத்தகைய குழந்தைகள் முரட்டுக் குணம் கொண்டவர்கள். அவர்களுக்குப் படிப்பு என்பது சுத்தமாக வராது. அந்தக் குழந்தைகளே வகுப்பறையைத் தொந்தரவு செய்பவர்கள். எனவே அந்தக் குழந்தைகளைக் கவனமாக அணுக வேண்டும்" என ஒரு ஆசிரியர் பி.ணிபீ பாடம் நடத்தும் போது கூறினார்.

மேற்குறித்த ஆசிரியையின் கருத்து B.Ed பாடத் திட்டத்திலுள்ள 'குழந்தைகளைப் பயிற்றுவிப்பதில் வரும் சிக்கல்கள்' என்ற ஒரு துணைத் தலைப்பில் உள்ள பாடத்தை நடத்தும்போது கூறியவை. இப்போது அப்பாடத்தை கேட்கும் தலித் மாணவன் தன் முகத்தை எங்கு புதைத்திருப்பான். தன்னைக் கவனமாக அணுகும் சமூகக் குழுவைச் சார்ந்தவன் என்றபோது ஆசிரியனிடமிருந்து ஒரு மாணவன் எத்துணை தூரமற்ற தூரத்தில் தன்னை இறுத்தியிருப்பான்?

வகுப்பறையின் உறுதியற்ற பாடத்திட்டம் தனது சமூக இருப்பைக் கொலை செய்து கொண்டிருக்கும் தருணத்தில் வகுப்பறையில் உறுதியான பாடத்திட்டம் என்பது எது? எனக் கேட்டால் நான் தயங்காமல் எம்.ஏ கல்ச்சுரல் ஸ்டடீஸ் (M. A. Cultural Studies) பாடத்திட்டத்தை முன் வைப்பேன். அப்பாடத்திட்டத்தை உருவாக்கியவர் ந.முத்துமோகன். அது பட்டவர்த்தனமாக அரசியல் பாடத்திட்டமாகும். முதல் பருவத்தில் *Indian Culture* எனும் தாள் இருந்தது. இரண்டாவது பருவத்தில் Indian Culture எனும தாள் வைக்கப்பட்டிருந்தது. இந்த தாள் அடித்தள மக்கள் குறித்த ஆய்விற்கு ஒரு மாணவன் நுழைவதற்கான திறவுகோல் ஆகும். இந்த தாள் தான் சோட்டா நாக்பூர் மலைவாழ் மக்கள் காலனியத்தை எதிர்த்துப் போராடிய வீரம் செறிந்த போராட்டத்தை அறிமுகப்படுத்தியது. இந்தியாவின் மக்கள் திரள் ஒன்று 19ஆம் நூற்றாண்டின் மையத்திலேயே காலனியத்தை எதிர்த்துப் போராடியதை மாணவர்களுக்கு அறிமுகப்படுத்தியது. சோட்டா நாக்பூர் மலைவாழ் மக்கள் போராட்டத்தை அன்றைய காலனியம் தனது பீரங்கியின் முகத்தில் கட்டிப்போட்டு 48 பேரை தூளக்கியதை இந்த தாள் சொல்லிச் சென்றது. மத்திய இந்தியாவில் பூம் பூம் மாட்டுக்காரர் காந்தியின் சுதந்திர தாகத்தை தனது சுதந்திர தாகமாக உருமாற்றி பூம் பூம் மாட்டின் வழியாக பிரச்சாரம் செய்த நிகழ்வையும் அதே தாள் மாணவர்களுக்கு அறிமுகப்படுத்தியது.

தமிழ்ப் பண்பாடு என்ற தாளில் தமிழின் நவீன சிந்தனை யாளர்களின் நூல்கள் பாடத்திட்டத்தில் சேர்க்கப்பட்டிருந்தன. நான் மிகுந்த சங்கடங்களில் இருக்கும் தருணங்களில் அம்பேத்கரின் நூல்களும் ராஜ் கௌதமன், ந.முத்துமோகன் ஆகியோரின் நூல்களும் எனக்கு ஊக்கம் தருபவை. இன்று எனது வாசிப்பில் நெருக்கமாக இருக்கும் ராஜ்கௌதமனின் தலித் பண்பாடு, தலித் நோக்கில் தமிழ் பண்பாடு முதலான நூல்களை தமிழ்ப் பண்பாடு எனும் தாளில் வாசிப்பு நூல்களாக இணைத்து மாணவர்களுக்கு அறிமுகப்படுத்தியவர் ந.முத்துமோகன். சுருங்கக் கூறின் ந.முத்துமோகன் உருவாக்கிய பாடத்திட்டம் சமூகச் செயல்பாட்டை எதிர்த்து நிற்பதற்கு மாணவர்களுக்கு உத்வேகத்தைக் கொடுக்கும்.

○

வகுப்பறைச் சூழலுக்குள் ந.முத்துமோகன் தொடக்கத்திலிருந்து இறுதி வரை வியாபித்திருப்பார். வழக்கமாக 10.30 மணிக்கு முதல் பாட வேளை. வகுப்பிற்குள் நுழைந்தவுடன் தவறாமல் கேட்கும் வார்த்தை 'என்னப்பா சாப்பிட்டீங்களா?' அவரின் வார்த்தைகள் வகுப்பறைக்குள் தெறிக்கும். அவரது பார்வை எனது முகத்தைக் குறிபார்க்கும். நான் அதற்கு உருப்படியான பதிலைப் பெரும்பாலும் தந்ததில்லை. அந்த தருணத்தில் அவர் 'சரி, வாங்க கேண்டின் போகலாம்' என்பார். வகுப்பறையில் இருக்கும் நால்வரும் தலித் மாணவர்கள். கேண்டின் செலவு அவரைச் சார்ந்தது. இவரைப் போலத்தான் இ.முத்தையா எனும் ஆசிரியரும். இவர் முகம் பார்த்து பணம் கொடுப்பார். 'போங்கைய்யா போய் சாப்பிட்டு வாங்க' என்பார். சில தருணங்களில் ந. முத்துமோகன் பல்கலை வளாகத்திலிருக்கும் அவரது வீட்டிற்கு அழைத்துச் செல்வார். அங்கிருக்கும் உணவை இருவரும் பகிர்வோம். 'வயிறாரச் சாப்பிடுப்பா' என்பதோடு 'ஏப்பா ரசத்தை ஊத்தி பெசஞ்சு சாப்பிடு' என்பார். நான் தயங்கும் தருணத்தில் 'ஜெகன், எங்க வாத்தியார் வானமாமலையோடு சாப்பிடப் போனால் 'மோகன் ரசத்தை இப்படி பெசஞ்சு சாப்பிட்டாத்தான் உடம்பில ஒட்டும், அதனால நல்லா பெசஞ்சு சாப்பிடு என்று தொடர்ந்து சொல்வார். 2006ஆம் ஆண்டின் தீபாவளிக்கு முந்தைய வாரத்தில் என்னை கை பேசியில் அழைத்தார். நான் அவரை விளக்குத் தூணில் பார்க்கச் சென்றேன. தனது மனைவியோடு இருந்தவர் 'ஏப்பா, பசங்களுக்கு ட்ரெஸ் எடுக்க வந்தேன். நீயும் ஒரு பேண்ட் சர்ட் எடுத்துக்கோயேன்' என்று 300 ரூபாய் கொடுத்தார்.

இங்கு விவரித்த நிகழ்வுகளின் மூலமாக நான் எனது ஆசிரியர் சோறு கொடுத்தார், டீ வாங்கிக் கொடுத்தார், சட்டை எடுக்கப்பணம் கொடுத்தார் எனப் புகழ்ந்து பேசுவதாகக் கருதக்

கூடாது. வகுப்பறை நிகழ்வில் அந்நியமாக தொங்கி நிற்கும் ஒரு தலித் மாணவனுக்கு 'நீ எனக்கோ, நான் உனக்கோ அந்நியன் அல்ல. நாம் இருவரும் சமமானவர்கள்' என்பதை உணர்த்தும் தருணங்கள் அவையாகும். நாம் இருவரும் வேறு வேறு சாதியைச் சார்ந்தவர்கள் அல்ல. நாம் இருவரும் நாம் தான். அந்த 'நாம்' என்ற சொல்லைப் பிசைந்து பிசைந்து தனது மாணவனின் அந்நியத்தன்மையை வெளியேற்றும் நிகழ்வை எத்துணை ஆசிரியர்கள் செய்திருப்பார்கள்?

ந. முத்துமோகனின் பாடம் எடுக்கும் அணுகுமுறை என்பது சுவராஸ்யமான ஒன்று. இங்கு ஏற்கனவே நிறுவப்பட்டிருக்கும் சாதி எனும் கருத்தியலுக்கும் கடவுள் எனும் கருத்துருவாக்கத்திற்கும் எதிரான அறிவுபூர்வமான கருத்துக்களை முன்வைப்பார். அதாவது ஒரு மாணவன் அறிவுபூர்வமாக இந்த சமூகத்தை பார்க்க வேண்டும் என்பதில் ந. முத்துமோகன் பிடிவாதமாகவே இருந்தார் என்பதை பின்நோக்கிப்பார்க்கும் தருவாயில் எனக்குத் தென்படுகிறது. ஒரு தலித் மாணவனோ அல்லது ஒரு அடித்தட்டு மாணவனோ ந. முத்துமோகனின் பாடவேளையில் தன்னை அந்நியமாக ஒருபோதும் உணர்ந்ததில்லை. மாறாக அவரது விவரிக்கும் திறன் மற்றும் அந்தப் பாடத்தில் இருக்கும் அவரது புலமைத்திறன் குறித்தான வியப்பை மாணவர்கள் வெளிப்படுத்தியே தீருவர். அதே வேளையில் மாணவர்களின் கேள்வித் திறன் குறித்தான செயல்பாட்டில் ந.முத்துமோகன் ஒருபோதும் சங்கடம் கொண்டதில்லை.

ஒரு மாணவன் ஆய்வாளனாக உருவாக வேண்டும் என்பதிலேயே அவர் கவனம் குவித்தார். அதற்காகவே 'வியாழன் வட்டம்' என்ற பெயரில் குருநானக் ஆய்வகத்தின் ஆய்வாளர்களையும் முதுகலை மாணவர்களையும் கட்டுரை வாசிக்கச் செய்தார். அப்படியான தருணத்தில் தான் எனது முதல் கட்டுரையான 'அடித்தள மக்களின் பெயர்க் குறியீட்டு அரசியல்' என்ற கட்டுரை வியாழன் வட்டத்தில் வாசிப்பதற்காக உருவாக்கப்பட்டது. வகுப்பறைக்கு வெளியேயும் ந. முத்துமோகன் எங்களோடு உறவாடி, உரையாடிக்கொண்டே இருந்தார். மார்க்சியம் குறித்தோ அல்லது கார்ல் மார்க்ஸ் குறித்தோ நாங்கள் பேச ஆரம்பித்தால் அவரது முகம் எப்போதும் பிரகாசம் அடையும். அதற்குள் ஒருவகையான துள்ளல் தென்படும. மார்க்சிய கோட்பாடுகள் குறித்தோ, கார்ல்மார்க்ஸின் வாழ்நிலை குறித்தோ அவர் பேச ஆரம்பித்தால் நாங்கள் பேசாமடந்தை ஆகிவிடுவோம். அவர் அந்த உரையை முடிக்கும் ஒவ்வொரு தருணத்திலும் 'உலகத்திலேயே மிக அழகானவன் மார்க்ஸ் தான்யா' என்பார்.அந்தத் தருணத்தில் அவரது முகம் செந்தாமரையைப் போன்று அகன்று விரிந்து மலர்ந்திருக்கும்.

சமூகம் குறித்தான கோபமும் அநியாயத்திற்கு எதிரான போராட்டமும் அவரது சிந்தனையின் மையமான இரண்டு கேந்திரமாகும். எங்களது முதல் வகுப்பிலேயே 'M. A. Cultural Studies' படித்து நீங்கள் வேலைக்குச் செல்வீர்கள் என்று என்னால் சொல்ல முடியாது. ஆனால் இந்தப் படிப்பு உங்களை மனிதனாக்கும். ஒடுக்கு முறைக்கு எதிராக உங்களை போராடத் தூண்டாவிட்டாலும் ஒடுக்கு முறைக்கு ஆதரவாக உங்களை மாற்றம் செய்யாது' என்பதைச் சொன்னார். அதே வேளையில் மாணவர் போராட்டத்தில் கலந்துகொண்ட யாரையும் அவர் மிரட்டத் தெரியாதவர். எங்களது பல்கலைக்கழகத்தில் உள்ள English and Language Studies துறையின் கௌரவ விரிவுரையாளர் ஒருவர் அத்துறையில் பயின்றுகொண்டிருந்த மாணவிகளை மெண்டல் டார்ச்சர் செய்துகொண்டிருந்தார்;. 'இந்த எஸ்.சி பிள்ளைகள் ஸ்காலஷிப்பை வாங்கிக் கொண்டு ஹீல்ஸ் வச்ச செருப்பைப் போட்டுக்கொண்டு அலப்புகிறார்கள். அவங்க வீட்டுல குடிக்க கஞ்சி கிடையாது. ஆனால் இங்க பாரு. அவங்க அலப்பரையை தாங்க முடியலை' என்பதான அவரது பேச்சால் ஆத்திரமடைந்த மாணவிகள் தெருவிற்கு வந்தனர். செப்டம்பர் 12, 2011ல் மாணவர்களாகிய நாங்களும் இணைந்து கொண்டு மிகப்பெரும் பேரணியை வளாகத்திற்குள் நடத்திக் காண்பித்தோம். அப்பேரணியை வழி நடத்தியவர்களுள் நானும் ஒருவன். பல்கலை நிர்வாகம் எனது ஆசிரியரான ந.முத்துமோகனிடம் இந்தப் போராட்டத்திற்கு உங்கள் மாணவன் தான் காரணம். அவனைச் சொல்லி வையுங்கள் என்றதற்கு எதையும் என்னிடம் சொல்லாமல் அவர் அவரது வேலையைப் பார்த்துக்கொண்டிருந்தார்.

இன்னொரு நிகழ்வையும் இங்கு குறிப்பிடுவது பொருத்தமாக இருக்கும். முதுகலை முதலாமாண்டின் கோடை விடுமுறையில் எங்களுக்கு மார்க்சிய வகுப்பு எடுப்பதாக ந.முத்துமோகன் ஒப்புக்கொண்டிருந்தார். தேர்வு நேரத்தில் எங்களோடு படித்த மற்ற மூவரும் விடுதியில் உள்ள விடுதி ஊழியர் ஒருவரை அடித்துவிட்டனர். இந்நிகழ்வு எங்களது ஆசிரியருக்குத் தெரிவிக்கப்பட்டது. அடுத்த நாள் காலையில் நாங்கள் அவரது அறைக்குள் நுழைந்தோம், வழக்கமான காலை வணக்கப் பரிமாற்றங்களுக்குப் பின்னர் மார்க்சிய வகுப்பு குறித்தான பேச்சு எழுந்தது. ந. முத்துமோகன் உதடுகளில் இருந்து சுள்ளுனு வார்த்தைகள் தெறித்தது. 'மார்க்சிய வகுப்பாவது ஒன்னாவது. ஒரு தொழிலாளியை அடிக்கிறவனுக்கெல்லாம் மார்க்சிய வகுப்பு எதுக்கு? திமிரு இருந்தா வி.சி ஆபீசுக்குள்ள கல்ல

விடு, ரிஜிஸ்டிரார் காரை போயி ஓடச்சி போடு. அத விட்டுட்டு ஒரு தொழிலாளியை அடிச்சிட்டு வந்து மார்க்சிய வகுப்பா கேட்கிறீங்க. உங்களுக்கு எந்த வகுப்பும் கிடையாது, உடனே கிளம்புங்க' என உத்தரவிட்டார். அவரது கடுங்கோபம் அது வரை நாங்கள் அறியாதது.

தொழிலாளிக்கு எதிராகச் செயல்படும் எந்த செயல்பாட்டையும் அவர் ஒருபோதும் ஆதரித்தது இல்லை. அதே வேளையில் அதிகாரத்திற்கு எதிராகப் போராடும் தருணங்களில் மாணவர்களை தடுத்ததும் கிடையாது. 2001 ஏப்ரலில் 'அதிகாரத்திற்கு எதிராகக் கல்லைக் கொண்டு எறி' என்று அவர் சொன்ன வார்த்தை 2012இல் என்னிடம் பலித்தது. நான் அதிகாரத்திற்கு எதிரான முதல் கல்லை எறிந்தேன். 2012ஆம் ஆண்டு ந.முத்துமோகன் ஓய்வு பெறும் ஆண்டு. அந்த ஆண்டில் எங்களது பல்கலைக் கழகத்திற்குள் இருள் சூழ்ந்த மேகம் போன்று முதல் பெண் துணைவேந்தர் வந்து சேர்ந்தார். வந்தவுடனேயே விடுதியின் உணவகங்கள் தனியாருக்கு கையளிக்கப்பட்டன. பெண்கள் விடுதியிலிருந்து மாணவிகள் பலவந்தமாக வெளியேற்றப்பட்டனர். 'மல்லிகை' பெயர் கொண்ட பெண்கள் விடுதி நவீன ஹோம் தியேட்டராக மாறவிருந்தது. இதை எதிர்த்துப் பெண்கள் போராட்டத்திற்கு வந்து சேர்ந்தனர். அவர்கள் வந்த சில நாட்கள் கழித்து, மாணவர்கள் போராட முன்வந்தனர். 2012 ஜூலை 19–24 வரையான ஆறு நாட்கள் மாணவப் பெருந்திரள் வளாகத்தை அதிரச் செய்தது. அந்தப் போராட்டத்தை வழி நடத்திய மாணவர்களுள் நானும் ஒருவன் என்பதனால் எனது ஆசிரியர் அனுபவித்த நெருக்கடிகள் ஏராளம். ஜூலை 24 அன்று இரவில் மதுரை ஆட்சியர் அன்சூல் மிஸ்ரா தலைமையில் பேச்சு வார்த்தை நடந்துகொண்டிருந்தது. மாணவர் போராட்டம் வெற்றி அடைந்தது. அந்த இரவில் ந.முத்துமோகன் "பல்கலையை உலுக்கிய ஆறு நாள் போராட்டம்" என்று உற்சாகமாக அவரின் நண்பர்களிடம் போராட்டத்தின் வலிமை குறித்து பேசிக் கொண்டிருந்தார். அடுத்த நாள் நான் அவரது அறைக்குச் சென்று 'சார் மன்னித்து விடுங்கள். என்னால் உங்களுக்குத் தான் நிறைய சங்கடங்கள' என்றேன். அதற்கு அவர் 'இப்படி நீ பேசாதப்பா. சங்கடங்கள் இருக்கத்தான் செய்யும். அத நான் பார்த்துக்கிறேன். நீ செய்தது தவறல்ல. ரொம்ப நல்லா போராட்டத்தை வழி நடத்தின. ஒரு போராட்டம் நடக்கும்போது நான் இதக் கூட தாங்கக் கூடாதா?' என்றார். என் கண்களில் நீர் கோர்த்தது. ஒரு பத்தாண்டுக்கு முன்னர் அதிகாரத்திற்கு எதிராகக் கல்லை விடு என்றவர் அச்செயல்பாட்டை மேற்கொண்ட தருணத்தில் வரவேற்கவும் செய்தது என் நினைவில் வந்து மோதிச் சென்றது.

2013 மார்ச்சில் மாணவர் போராட்டத்திற்கு ஆதரவு தெரிவித்த எம்.யு.எஃப்.ஏ (MUFA) வின் தலைவர் ச.கிருஷ்ணசாமி துறை தலைவர் பொறுப்பிலிருந்து கீழிறக்கப்பட்டு பழிவாங்கப்பட்டார். இதை எதிர்த்து மாணவர்களாகிய நாங்கள் போராடினோம். ஒரு பேராசிரியர் என் மீது ஒழுங்கு நடவடிக்கைக் கடிதம் கொடுத்தார். வளாகத்திற்கு வெளியே சில ரௌடிகளை வைத்து மிரட்டவும் செய்தார். ஒரு பேராசிரியர் தனது ஆசிரிய அதிகாரத்தை வளாகத்திற்குள்ளும் சாதி அதிகாரத்தை வளாகத்திற்கு வெளியேயும் செயல்படுத்திய நிகழ்வு என்னை அதிர்வுரச் செய்தது. மாணவர்களாகிய நாங்கள் பேராசிரியர் ச.கிருஷ்ணசாமி பழிவாங்கப்பட்டமை, அ.ஜெகநாதன் ரௌடிகள் வைத்து மிரட்டப்பட்டமை என்பதை எதிர்த்து தொடர் உண்ணா விரதம் மேற்கொண்டோம். நான்காவது நாள் பேச்சு வார்த்தை என்ற பெயரில் சிறு அளவிலான ஆய்வு உதவித்தொகை மட்டும் போடப்பட்டது. ஒழுங்கு நடவடிக்கை விசாரணை முடித்து வைக்கப்பட்டு துணைவேந்தரிடம் விடைபெற்று வரும் தருணத்தில் கூட்டத்தின் நடுவே எனது ஆசிரியர் என் தோளில் கை போட்டு அணைத்து துணைவேந்தர் அறையை விட்டு வெளியே அழைத்து வந்தார். போராட்டத்திற்கான அனைத்து உந்துதல்களும் ந. முத்துமோகனால் எனக்குள் ஊட்டப்பட்டன என்பதை இந்நிகழ்வு குறியீடாய் அதிகார வர்க்கத்திற்கு உணர்த்தியது.

2013 டிசம்பர் 3 அன்று கூடிய சிண்டிகேட்டின் தீர்மானம் மதுரை காமராசர் பல்கலைக்கழகத்திற்கு ஒரு கறுப்பு தினம். இரண்டு ஆய்வு மாணவர்கள் ஒரு முது முனைவர் ஆய்வு மாணவி ஆகியோர் ஆய்வைத் தொடர்வதிலிருந்து நிறுத்தப்பட்டனர். எஸ்.சி/எஸ்.டி சங்கச் செயலாளர் பார்த்தசாரதி பணியிடை நீக்கம் செய்யப்பட்டார். இதை எதிர்த்து மாணவப் பெருந்திரள் போராடியது. 'மதுரை பல்கலைக்கழக ஆசிரியர் பேரவை' மாணவர் போராட்டத்தில் தன்னை இணைத்துக்கொண்டது. இங்கு உருவான உணர்ச்சி மிகு போராட்டம் இந்திய உயர்கல்விக்கு விடுதலைக் கீற்றை காட்டிச் சென்றது. பேராசிரியர் ச. கிருஷ்ணசாமி, பேராசிரியர் ஜெ. பாலசுப்பிரமணியம் ஆகியோர் தனியாட்களாய் நின்று மாணவர் போராட்டத்தை ஆதரித்தவர்கள். தற்போது பத்துக்கும் மேற்பட்ட பேராசிரியர்களை போராட்டத்தின் பக்கம் திருப்பினர். எம்.யு.எஃப்.ஏ செயலர் பேராசிரியர் சதாசிவம் மாணவர்களின் கொந்தளிப்பில் லாவகமாக இணைந்து போராட்டத்தை வழி நடத்தினார். இதனால் பல்கலை நிர்வாகம் மதுரை பல்கலைக் கழக ஆசிரியர் பேரவை சங்கத்தை இரண்டாக உடைத்தது. வளாகத்திற்கு வெளியே 'மதுரை காமராசர் பல்கலைக்கழகத்தை பாதுகாப்போம்'

என்ற அமைப்பு உருவாக்கப்பட்டது. சி.பி.எம் –இன் வெகுசன தொழிற்சங்க அமைப்புகள் போராட்டத்தோடு இணைந்தன. பல்கலை நிர்வாகத்தால் தூண்டி விடப்பட்ட குண்டர்கள் மதுரை காமராசர் பல்கலைக்கழகத்தை பாதுகாப்போம் என்ற அமைப்பின் ஒருங்கிணைப்பாளரான பேராசிரியர் சீனிவாசனின் இரண்டு கைகளையும் அடித்து நொறுக்கினர். இறுதியில் சட்டச் செயல்பாடுகள் வாயிலாக சென்னை உயர்நீதிமன்றத்தின் மதுரை கிளை மதுரை காமராசர் பல்கலைக்கழகத்தின் துணைவேந்தர் நியமனம் செல்லாது எனத் தீர்ப்பளித்தது, இந்தியாவிலேயே முதன்முதலாக ஒரு துணைவேந்தரின் நியமனம் செல்லாது என மதுரை காமராசர் பல்கலைக்கழக போராட்டக் குழு உயர்நீதி மன்றத் தீர்ப்பைப் பெற்று வரலாற்றுக்கு வழங்கியுள்ளது. மாணவர்களின் தொடர் போராட்டத்தின் வளாக ஒருங்கிணைப்பாளரான எனக்கு அதிகாரத்தைக் கேள்வி கேட்பது என்ற கோட்பாட்டை ந.முத்துமோகனே விதைத்தார் எனப் பதிவு செய்வதில் தவறில்லை தான்.

பல்கலைக்கழகத்திற்குள் கால் பதித்த தமிழின் தலைசிறந்த சிந்தனையாளர்கள் வந்த வேகத்தில் அதிகாரத்தின் கோரப்பிடிக்குள் தங்களை நிறுத்திக் கொண்டுவிட்டனர். மூன்று ஆய்வு மாணவர்களை நீக்கம் செய்வதற்குக் கையொப்பமிட்ட அவர்களது பேனாக்கள் அரசதிகாரத்தையும் சாதி அதிகாரத்தை யும் எதிர்த்த கருத்தாடல்களை உதிர்த்துச் சென்றது ஒரு முரண்நகைதான். பல்கலைக்கழகத்திற்குள் நுழைந்த ஒரு சில ஆண்டுகளுக்குள் அதிகாரத்தை நோக்கிப் பயணமானவர்களுக்கு மத்தியில் பல்கலை வளாகத்திற்குள் 27 ஆண்டுகள் பணியாற்றிய ந. முத்துமோகனின் செயல்பாடுகள் முன்னுதாரணம் இல்லாதவை.

போராட்ட வடிவங்கள் ஒருவனின் சமூக நிலையை கேள்விக்குட்படுத்தும். சாதி கடந்த ஒரு புதிய சமூகம் ஒன்றை அடையாளப்படுத்தும். இதனால் ஒரு தலித் மாணவனின் அந்நியத் தன்மை ஓரளவிற்கு அவனிடமிருந்து வெளியேறும். தோழர் என்ற சொல்லின் அர்த்தப் பரிமாணங்கள் அங்கு உற்பத்தியாகும். மதுரை காமராசர் பல்கலைக்கழத்திற்குள் தோழமையின் புதிய அர்த்தப்பாடுகள் பேராசிரியர்களான புவனேஸ்வரன், புஷ்பாராஜ், ஜெ. பாலசுப்பிரமணியம், ச. கிருஷ்ணசாமி, இளங்கோவன், சீனிவாசன், வீமன், சதாசிவம் மாணவர்களான அருண், பாண்டியராஜன், ஈஸ்வரி பண்டாரநாயகா, கண்ணன், ஜெகன், பாண்டி, தமிழ்ச்செல்வி, ஜெனிபர், பாஸ்கர், இரத்தினகுமார், ரஞ்சித் என்பதான புதிய சமூகத்தின் நவீன உறுப்பினர்களைப் போராட்டம் எனக்குள் உற்பத்தி செய்தது. இவர்களும் இங்கு பெயர் குறிப்பிட முடியாத பேராசிரியர்களும், மாணவர்களும்

வளாகத்திற்குள் ஜனநாயத்தை உருவாக்குவதன் சமூகக் குழுவாகச் செயல்படுகிறார்கள். இந்த சமூகக்குழு குறைந்த பட்சம் சாதி கடந்த, மதம் கடந்த நட்புகளை எங்களுக்கு வழங்குகின்றன. போராட்டக் களம் இவையனைத்தையும் செய்யும் என வகுப்பறையி;ல் எனக்குக் கோட்பாடாய் ஊட்டிய ந. முத்துமோகனைப்பர்றி சுருக்கமாகக் கூற வேண்டுமானல் ”ந. முத்துமோகன்: கரம் கோர்த்து கரை சேர்ப்பவர்”. இங்கு இன்னொருவர் பெயரையும் பதிவு செய்ய வேண்டும், எனது ஆசிரியர் இ. முத்தையா. முத்துமோகனை நினைக்கும் தோறும் கூடவே நினைவுக்கு வருபவர் இ. முத்தையா. இந்த இருவரும் தான் எனது இன்றைய இருப்பிற்குக் காரணமானவர்கள்.

(கட்டுரையாளர் மதுரைப் பல்கலைக் கழகத்தில் ஆய்வு மாணவர்)

சாதியவாதிகளின் 'ஆளுமைக் குறைப்பு' தந்திரம்
சிவா சின்னப்பொடி

ஈழத்தைச் சேர்ந்த சிவா.சின்னப்பொடி எழுதிய தன்வரலாற்று நூலான நினைவழியா வடுக்கள் மணற்கேணி பதிப்பகத்தின் வெளியீடாக வரவுள்ளது. அதிலிருந்து ஒரு பகுதி.

ஞாயிற்றுக்கிழமை கரவெட்டி பகுதி தோழர்கள் எனது தந்தையை சந்திக்க வந்திருந்தனர். அன்றைய சந்திப்பில் சாதியத்துக்கு எதிரான போராட்டம் அடைந்துவரும் வெற்றி பற்றி அவர்கள் அதிகம் பேசிக்கொண்டிருந்தார்கள்.

வழக்கம் போலவே ஒரு ஓரத்தில் அமர்ந்து அவர்கள் பேசுவதை நான் கேட்டுக்கொண்டிருந்தேன். அன்றைய பேச்சின் முக்கிய அம்சம் சாதி ரீதியாக ஒடுக்கப்பட்ட 'பஞ்சமர்களுடைய குழந்தைகளை எவ்வாறு உயர் சாதியினர் ஆளுமைக் குறைப்பு செய்கிறார்கள்' என்பது பற்றியதாகும்.

அப்போது இந்த 'ஆளுமை' என்ற சொல் எனக்குப் புதிய சொல்லாக இருந்தது. அவர்கள் பேசியதும் எனக்குப் புரியவில்லை.

ஆனாலும் 'யார் நல்ல விடயங்களைப் பேசினாலும் எனக்கு அது புரியாவிட்டாலும் அதைக் கூர்ந்து கவனித்துக் கிரகித்துக்கொண்டு பின்னர் அதிலுள்ள தெரியாத விடயங்களை மற்றவர்களிடம் கேட்டுத் தெரிந்து கொள்வது' என்று சிறுவயதில் இருந்தே என்னிடம் ஒரு பழக்கம் இருந்தது. எனக்குத் தமிழ்த் தாத்தா கந்த முருகேசனார் கற்றுத் தந்த பல நல்ல பழக்கங்களில் இதுவும் ஒன்றாகும். அப்படித்தான் இந்த ஆளுமை பற்றிய விடயத்தையும் நான் கிரகித்துக்கொண்டேன்.

அந்த வகையிலே ஒரு தனி மனிதனின் ஆளுமை பற்றியும், அந்த ஆளுமையை திட்டமிட்டு மழுங்கடிப்பதன் மூலம் ஒரு சமூகத்தின் வளர்ச்சியைத் தடுக்க முடியும் என்பதையும் நான் முதன்முதலாகத் தெரிந்துகொண்ட அந்த நாளும் அன்று அவர்கள் கலந்துரையாடிய விடயத்தின் சாராம்சமும் இன்றும் பசுமரத்து ஆணிபோல என் நினைவில் இருக்கிறது.

குழந்தைகள் பொதுவாக தமது 5 வயதிலிருந்து 16 வயது வரையிலான காலகட்டத்திலேயே இந்த உலகத்தைப் புரிந்து கொள்வதுடன் தங்களுடைய ஆளுமையை–திறமையை– தலைமைப்பண்பை வளர்த்துக்கொள்கின்றன.

இந்தக் காலகட்டத்தில் அந்தக் குழந்தைகளின் மனதில் பதியும் விடயங்களே அவர்கள் வளர்ந்து பெரியவர்களாகி இறக்கும் வரை தாக்கம் செலுத்துகின்றன.

இந்தக் காலகட்டத்தில் சாதி ரீதியாக ஒடுக்கப்பட்டவர்களின் குழந்தைகளுக்கு 'கருத்தியல் காயடிப்பு' செய்வதன் மூலம் அவர்களது ஆளுமையை மழுங்கடித்து அவர்களது வளர்ச்சியை மட்டுப்படுத்தி சந்ததி சந்ததியாக சாதியத்தைக் கடத்தும் கைங்கரியத்தை சாதிமான்கள் செய்து வந்தனர்.

குறிப்பாக:

'நீங்கள் எல்லாம் படிச்சு என்னடா கிழிக்கப்போறிங்கள்'

'படிச்சு டொக்டர் எஞ்சினியர் ஆகலாம் என்று கனவு காணுறியளோ?'

'மாடு மேய்க்கப் போறதையும் மரம் ஏறப்போறதையும் விட்டுட்டு ஏன்ரா பள்ளிக் கூடத்துக்கு வந்து கழுத்தறுக்கிறியள்?'

'கொப்பரும் (அப்பா) கோத்தையும் (அம்மா) படிச்சிருந்தால் தானே உங்களுக்கு படிப்பு வரும்'

என்று பஞ்சமர்களின் பிள்ளைகளைப் பார்த்து தினமும் பாடசாலைகளிலும் வெளியிலும் கூறப்படும் வசவுகள் கோபத்தின் வெளிப்பாட்டால் சொல்லப்படும் சாதாரண வசவுகளல்ல.

இவை அந்தப் பிள்ளைகளின் மனோபலத்தை சிறுகச் சிறுகச் சிதைத்து அவர்களை ஒரு குறிப்பிட்ட எல்லைக்கு அப்பால் செயற்திறன் மிக்கவர்களாக வளரவிடாமல் தடுக்கும் திட்டமிட்ட சாதிவெறி செயற்பாட்டின் ஓரங்கமாகும்.

சிங்கள இனவெறியர்கள் தமிழர்களை 'பற தெமிழ' (பறைத்தமிழன்) என்று இழிசொற்குறியீட்டால் அழைப்பதை இனவெறி செயற்பாடாக சித்தரித்து அதற்கு எதிராகக் கிளர்ந்தெழுந்து போராடிய யாழ்ப்பாண உயர்குடி சமூகம் தான் பஞ்சமர்களான எங்களை 'நள நாய், பறை வேசை' முதலான இழிசொற்களால் அழைத்து இம்சைப்படுத்தியது.

இந்த மேட்டுக் குடியினரின் பிள்ளைகள் எங்களை பாடசாலைகளிலும் ரியூட்டரிகளிலும், பல்கலைக் கழகங்களிலும் தினம் தினம் சோடியம் N (நளவர்) பொஸ்பரஸ் P (பள்ளர்) முதலான இரசாயன குறியீட்டுப் பெயர்களால் அழைத்து தனிமைப்படுத்தி அவமானப்படுத்தும்போது எங்கள் மனதில் ஏற்பட்ட வேதனையும் அது எற்படுத்திய வலியையும் எழுத்தில் வர்ணிக்க முடியாது. அதை சாகும்வரை மறக்கவும் முடியாது. (பௌத்த சிங்கள பேரனவாதம்கூட ஒவ்வொரு தமிழனையும் தனிப்பட்ட முறையில் இலக்கு வைத்து தினசரி உளவியல் சித்திரவதை செய்ததில்லை.)

பொதுவாக ஈழத்தமிழ் சமூகம் என்பது ஏனைய இந்திய சமூகங்களைப் போல ஆணாதிக்க சமூகமாக இருந்தாலும் யாழ்ப்பாண சமூகத்தில் தாய்வழி சமூகத்தின் தொடர்ச்சி என்பது அதிகளவுக்கு இருந்து வந்தது. அதிலும் பஞ்சமர் சமூக குடும்பங்களில் தந்தையரைவிட தாய்மாரின் ஆதிக்கமே அதிகம் இருந்தது.

ஆனால் யாழ்ப்பாண மேட்டுக்குடி சமூக அமைப்பு கல்வி மற்றும் பொருளாதார ரீதியில் மேம்பட்ட அரைப் பார்ப்பனிய ஒழுங்கு விதிகளைக்கொண்ட ஒரு சமூக அமைப்பாக இருந்தது. அந்த அமைப்பில் சமூக ஒழுங்கு என்ற பெயரில் குடும்ப உறுப்பினர்களுடைய அதிகாரம் வரையறுக்கப்பட்டிருந்து.

சராசரி இந்திய தமிழக மேட்டுக்குடி குடும்பங்களின் தாய்மாருக்கு இருந்த அதிகாரங்களைவிட யாழ்ப்பாண மேட்டுக்குடி தாய்மார்கள் அதிக அதிகாரங்களைக் கொண்டவர்களாக இருந்தார்கள்.

அதே போல இந்திய மேட்டுக்குடி தந்தைமாருக்குக் குடும்பத்தலைவர் என்ற அடிப்படையில் இருந்த எல்லையற்ற அதிகாரம் யாழ்ப்பாண மேட்டுக்குடி தந்தைமாருக்கு

இருக்கவில்லை. அவர்களுடைய அதிகாரம் மனைவிமாருக்கு இருந்த அதிகாரத்தைவிட சற்று அதிகமாக இருந்தாலும் அது வரையறைக்குட்பட்டதாகவே இருந்தது.

இது குடும்ப வன்முறையை ஓரளவுக்கு மட்டுப்படுத்தி அவர்களது பிள்ளைகள் ஆளுமையுள்ளவர்களாக வளர்வதற்கான அகச் சூழலை ஏற்படுத்திக் கொடுத்தது. ஆனால் பஞ்சமர் சாதி குடும்பங்களில் இத்தகைய ஒரு சமூகம் சார்ந்த அதிகார ஒழுங்கு இல்லாதால் குடும்ப வன்முறை என்பது சர்வசாதாரணமாக இருந்தது.

நான் முதலிலே குறிப்பிட்டபடி இந்தக் குடும்பங்களில் மனைவிமாருடைய ஆதிகம் அதிகம் இருந்ததால் கணவன்மார் தங்களுடைய இருப்பைத் தக்க வைப்பதற்காகக் குடித்துவிட்டு வந்து அடித்து உதைத்து கலாட்டா பண்ணுவதும் போதை தெளிந்ததும் மனைவிமாரிடம் சரணாகதியடைவதும் தொடர்கதையாக இருந்து வந்தது.

கணவர்மார் மீது உள்ள கோபத்தை தாய்மார்கள் பிள்ளைகள் மீது காட்டி அவர்களை அடித்து உதைக்கும் போக்கும் பஞ்சமர் சமூகத்தில் மேட்டுக்குடி சமூகத்தைவிட ஒப்பீட்டளவில் அதிகமாக இருந்தது.

இது பஞ்சமர் சமூகத்தில் பிள்ளைகள் அமைதியான சூழலில் இருந்து படிப்பதற்கும் ஆளுமையுள்ளவர்களாக வளர்வதற்கும் பெரும் தடையாக இருந்தது.மேலும் தாய் தந்தை இருவருமே கல்வியறிவு இல்லாதவர்களாகவோ அல்லது ஓரளவுக்கே கல்வி அறிவுள்ளவர்களாகவோ இருந்ததும் பிள்ளைகள் தங்களது பாடங்கள் பற்றிய சந்தேகங்களைக் கேட்டுத் தெளிவு பெறுவதற்கும் தங்களது எதிர்கால கல்வி பற்றிய வழிகாட்டலைப் பெறுவதற்கும் முடியாத ஒரு நிலையை ஏற்படுத்தியிருந்து.

இது பஞ்சமர் சமூக பிள்ளைகள் ஒரு குறிப்பிட்ட தரத்துக்கு மேல் கல்வி கற்க முடியாத சூழ்நிலையும் அவர்கள் தங்களுக்குள்ளேயே ‘இதெல்லாம் எங்களுக்கு ஒத்துவராத விடயங்கள்.நாங்கள் தொண்டூழியம் செய்யப்பிறந்தவர்கள்’ என்ற தாழ்வு மனப்பான்மை கொள்ளும் சூழலையும் ஏற்படுத்தியது.

குறிப்பாக சொல்வதானால் பஞ்சமர்களுடைய சமூகச் சூழல் என்பது அறியாமையும் அமைதியின்மையும் அடிப்படை வசதிகள் இல்லாததுமான ஒரு நிலையில் இருக்கும் வகையில் கட்டிக்காக்கப்பட்டு வந்தது. இந்தக் கட்டிக்காத்தல் என்பது தற்செயலானதோ அல்லது அர்த்தமற்ற அதிகாரச் செயற்பாடோ அல்ல.

பொதுவாகக் குழந்தைகளுக்கு அவர்கள் வாழுகின்ற சமூகச் சூழல் சரியில்லாதுவிட்டால் அவர்களால் ஆளுமையுள்ளவர்களாக வளர முடியாது.

ஒரு சமூகத்தின் வளர்ச்சியைத் தடுக்க வேண்டுமானால் அந்த சமூகம் வாழக்கூடிய வாழ்வியல் சூழலை மூடுண்ட சூழலாக அல்லது சமச்சீரற்ற வளர்ச்சியுடைய சூழலாக இருக்குமாறு பார்த்துக்கொள்ள வேண்டும் என்ற ஆண்டான் அடிமை சிந்தனைக்கான செயற்பாட்டு வடிவமாகவே இந்தக் கட்டிக்காத்தல் இருந்து வந்தது.

இந்த வகையில் நான் அதிர்ஷ்டசாலி என்று சொல்லவேண்டும் எனது பெற்றோர் அதிகம் படிக்காவிட்டாலும் அனுபவக் கல்வியை நிறையப் பெற்றிருந்தனர். குறிப்பாக இந்த ஒடுக்குமுறையிலிருந்து வெளியே வருவதற்கு எந்தக் கொள்கை சிறந்த கொள்கை என்பதை எனது தந்தை இனங்கண்டுகொண்டிருந்தார். சமூக அக்கறையுள்ள பல நல்ல தோழர்களின் நட்பை அவர் பெற்றிருந்தார்.

1960 கள் வரை நான் வாழ்ந்த சமூகச் சூழலும் அடி தடி, வெட்டு குத்து, துப்பாக்கி சூடு என்று குழுச் சண்டை தெருச் சண்டைகள் நிறைந்த வன்முறைக் களமாகவே இருந்து வந்தது.

வாரத்தில் குறைந்தது இரண்டு தடவையாவது வசைமாரிகளும் கூச்சல்களும் காட்டுக்கத்தல்களும் தெருநாய்களின் குரைப்புகளும் இணைந்து பேரொலியாக இரவின் நிசப்தத்தைக் குலைக்கும்.

மறுநாள் காலையில் அவருக்கு மண்டை உடைந்தது, இவருக்கு கை முறிந்தது, மற்றொருவருக்குக் காலில் வெட்டு விழுந்தது என்று தகவல்வரும்.

எனது பெற்றோர் இந்த குழுமோதல்களுக்குள்- கதியால் வெட்டிய- ஓலைவெட்டிய- பனங்காய் பொறுக்கிய அர்த்தமற்ற சண்டைகளுக்குள் சிக்கிக் கொள்ளாமல் ஒதுங்கியே இருந்தனர்.

எனது தந்தை எதிரிகள் யார்? நண்பர்கள் யார்? என்பதைத் தெளிவாக உணர்ந்திருந்தார். எங்களுக்குள் நாங்கள் மோதிக்கொள்வதும் நாங்கள் ஒருவரை ஒருவர் வெட்டிக்கொண்டு காவல் நிலையத்துக்கும் நீதிமன்றத்துக்கும் நடையாய் நடப்பதும் எங்களைப் புதைப்பதற்கு நாங்களே வெட்டிக்கொள்ளும் புதை குழி என்பதை அவர் அறிந்திருந்தார்.

சாதியின் பெயரால் எங்களை அடக்கி ஒடுக்கும், எங்களை மனிதர்களாக மதிக்க மறுக்கும், சாதி வெறியர்களுக்கு எதிராகவே எங்களது கோபம் திருப்ப வேண்டும், எங்களது போராட்டம் இருக்க வேண்டும் என்று அவர் வலியுறுத்தினார். அதற்காகப் போராடினார்.

அதற்கான தெளிவை அவருக்குக் கொடுத்தது யாழ்ப்பாண அதிகார வர்க்கத்துக்கு எட்டிக்காயைவிட கசப்பாக இருந்த பொதுவுடமை சித்தாந்தமாகும்.

சாதிய தளைகளை அறுப்பதற்கு அதுதான் எனக்கும் உந்து சக்தியாக அமைந்தது.

○

ஒரு நாள் தோழர் சிவராசா எங்கள் வீட்டுக்கு வந்த போது, 'சிறுவர்களான நாங்கள் அவர்களது போராட்டத்துக்கு என்ன செய்யலாம்' என்று கேட்டேன்.

'நன்றாகப்படித்து சாதித்துக் காட்டுவது தான் சிறுவர்களான எங்களுக்குரிய கடமை' என்று அவர் சொன்னார். கந்தமுருசேனாரும் இதைத் தான் எனக்கு சொல்லியிருந்தார்.

நாங்கள் படித்து முன்னேற வேண்டுமானால் அதற்கு இருக்கும் தடைகளை அகற்ற வேண்டும். அதிலும் பாடசாலைக்குச் செல்வதற்கு விருப்பமும் ஈடுபாடும் இருக்கவேண்டும். ஆனால் பாடசாலை என்பது எங்களை அவமதிக்கும்-புறக்கணிக்கும் இடமாக இருந்ததால் நாங்கள் ஆர்வத்தோடும் மகிழ்ச்சியோடும் அங்கு செல்வதில்லை.

உண்மையைச் சொல்வதானால் கந்த முருகேசனார் நடத்திய திண்ணைப் பள்ளிக் கூடத்துக்குச் செல்வதில் இருந்த ஆர்வம் எனக்கு அரசாங்க பாடசாலையான மந்திகை பள்ளிக் கூடத்துக்குச் செல்வதில் இருக்கவில்லை. அதற்குக் காரணம் சாதி வெறியரான கதிர்காமர் வாத்தியாருடைய செயற்பாடுகளாகும்.

அன்று ஒரு வெள்ளிக்கிழமை.

வழமைபோல பாடசாலைக்குச் சென்று எங்களது வகுப்பில் பசுபதி வாத்தியார் புதிதாக எமக்கு ஏற்பாடு செய்து தந்தபடி 'காட்போட்' மட்டைகளை எடுத்துவந்து தரையில் போட்டுவிட்டு அமரமுற்பட்ட போது நாங்கள் அமரும் இடத்துக்கு பக்கத்தில் உள்ள கதிரையில் அமரும் மாணவன் வராதது தெரிந்தது.

ஏற்கனவே சந்திரன் சாதிவெறியர்களால் கொலைசெய்யப் பட்டதை நினைத்து கோபத்துடன் இருந்த எனக்கு 'இந்தக் கதிரையில் ஏறி இருந்தால் என்ன?' என்ற எண்ணம் சட்டென்று தோன்றிது.' போராடினால் தான் எதுவும் கிடைக்கும்' என்று கம்யூனிஸ்ட் கட்சித் தோழர்கள் சொன்னதும் ஞாபகத்துக்கு வந்தது.

'எல்லாம் வல்ல சாமி இருக்கிற கோயிலுக்குள் போகிறதுக்கு துணிஞ்ச பிறகு வகுப்பில் இருக்கும் கதிரையில் ஏறி இருந்தால்

என்ன ?' என்ற நினைப்புடன் பின்விளைவுகள் பற்றிய எந்தப்பயமும் இன்றி அந்த கதிரையில் ஏறி இருந்துவிட்டேன்.

நான் ஏறி இருந்த கதிரைக்கு பக்கத்துக் கதிரையில் இருந்த மேட்டுக்குடி மாணவன் ஏதோ அசிங்கமான விரும்பத் தகாத மிருகம் ஒன்று தனக்கு பக்கத்தில் வந்து இருந்துவிட்டதாக நினைத்து கத்திக்கொண்டு எழுந்து அப்பால் சென்றுவிட்டான்.

அங்கிருந்த மேட்டுக்குடி மாணவ சிகாமணிகள் ஏதோ பெரிய அக்கிரமம் நடந்துவிட்டதைப் போல 'ஏய் நளவா நீ கதிரையில் இருக்கக் கூடாது எழும்படா' என்று கத்திக் கூச்சல் போட்டார்கள். நான் அசைய மறுக்கவே சிலர் என்னை இழுத்து விழுத்தப்பார்த்தார்கள்.

நான் மேசையை இறுக்கிப்பிடித்தபடி அசையாதிருக்க சிலர் எனக்கு அடித்தார்கள். அவர்களை தடுக்க சின்னத்தம்பி நடராசன் உட்பட எமது சமூகப் பொடியள் முயல அங்கு ஒரு சிறு கலவரமே மூண்டுவிட்டது.

அதற்குள் சில மேட்டுக்குடி பொடியள் ஓடோடிச் சென்று எங்களது வகுப்பாசிரியாரான கதிர்காமர் வாத்தியாரை அழைத்து வந்தார்கள்.

சாதி வெறியரான அவர் குழுமாடு ஒன்று வெறி கொண்டு வருவதைப் போல கோபாவசத்தோடு வந்து 'எல்லாம் இருங்கோடா' என்று கத்தினார்.

அப்போதும் கதிரையை விட்டு எழுந்திராது அமர்ந்திருந்த என்னை வெறிபிடித்த மிருகம் ஒன்று பார்ப்பதைப்போல வெறித்தனமாகப் பார்த்து 'நள நாயே உனக்கு கதிரை கேக்குதா' என்று கத்திய வாறு என்னுடைய தலைமயிரில் பிடித்து என்னைத்தூக்கி எனது தலையை அருகில் இருந்த சுவரில் மோதி அடித்தார்.

அந்த வெறிகொண்ட மனித மிருகம் தூக்கி அடித்ததில் எனது இடது பக்க நெற்றி உடைந்து இரத்தம் கொட்டியது.

அவமானம் அழுகை ஆத்திரம் எல்லாம் ஒன்று சேர நான் எழுந்து கண் இமைக்கும் நேரத்தில் என்னுடைய சிலேட்டை எடுத்து வாத்தியார் என்ற பெயரில் இருந்த அந்த மனித மிருகத்துக்கு எறிந்துவிட்டேன்.

அந்த சிலேட் அவர் மீது பட்டு கீழே விழுந்து உடைந்து நொறுங்கியது.

'ஒரு நளப் பொடியன் கதிரையில் ஏறி இருந்ததுமல்லாமல் ஒரு வெள்ளாள வாத்தியாரான தன்னையே அடித்துவிட்டான்'

எவ்வளவு பெரிய குற்றம்? விடுவாரா கதிர்காமர் வாத்தியார்? அப்புறம் அவரது சைவ வெள்ளாளியப் பெருமை என்னாவது?

என்னை அடித்து உதைத்து துவைத்து எடுத்துவிட்டார்.

அதற்குள் பசுபதி வாத்தியார் தலைமை ஆசிரியர் உட்பட எல்லோரும் அங்கே வந்துவிட்டனர்.

'கூப்பிடுங்கள் பொலீசை. உவனை கொண்டுபோய் பொலிஸ் ஸ்டேசனிலை வைத்து நல்ல சாத்து சாத்த வேணும்' என்று கதிர்காமர் வாத்தியார் கத்திக் கொண்டிருந்தார்.

'போலீசுக்கெல்லாம் வேண்டாம் நாங்களே பாத்துக் கொள்ளுவம், பொலிசுக்கு போனால் இவன்ரை படிப்பு கெட்டுப்போய்விடும்' என்று பசுபதி வாத்தியார் அவரை சமாதானம் செய்ய முற்பட்டார்.

'என்ன பொலீஸ் வேண்டாம்? நீர் இந்த கீழ் சாதி நாயளுக்கு சப்போட்டோ? உவங்களுக்கு எல்லாம் என்னத்துக்கு படிப்பு. போய் மக்கோனாவில் (மக்கோனா என்பது ஒரு இடம் அங்குதான் சிறுவர் சீர் திருத்தப் பள்ளி இருந்தது) இருந்து கழி தின்னட்டும்' என்று வார்த்தைகளை அனலாகக் கொட்டினார்.

இவர்கள் இப்படி பேசிக் கொண்டிருந்த போது எனது தலைக் காயத்திலிருந்து இரத்தம் கொட்டிக்கொண்டிருந்தது.

அதை அவதானித்த பசுபதி வாத்தியார் அங்கிருந்த தலைமை ஆசிரியரைப் பார்த்து 'இதில் என்ன செய்யலாம் என்பதை நீங்கள் தான் முடிவெடுக்க வேணும், நான் போய் இவனுக்கு மருந்து கட்டிக்கொண்டு வாறன்' என்று கூறிவிட்டு என்னை அருகிலிருந்த மந்திகை மருத்துவ மனைக்கு அழைத்துச் சென்று மருந்து கட்டுவித்தார்.

நாங்கள் மருத்துவமனையில் இருந்து பாடசாலைக்குத் திரும்பிய போது அங்கே காவல்துறை ஜீப் நின்று கொண்டிருந்தது.

வாத்தியாரை அடித்துவிட்டு நான் ஓடியபோது கால் தடுக்கிக் கல்லில் விழுந்து மண்டை உடைந்து விட்டது. இது தான் காவல்துறைக்கு அவர்கள் கொடுத்த வாக்கு மூலம். நான் பயத்தில் கதறி அழ பருத்தித்துறை காவல்துறையினர் என்னை ஜீப்பில் ஏற்றிக் கொண்டு போய் காவலில் வைத்துவிட்டார்கள்.

விசயமறிந்து எனது அப்பாவும் அம்மாவும் ஓடிவந்து அவர்களிடம் என்னை விட்டுவிடும்படி கெஞ்சிப்பார்த்தார்கள். வாத்தியாருக்கு அடித்த பொடியளை விட முடியாது என்று அவர்கள் கூறிவிட்டார்கள். எனது தந்தை சட்டத்தரணி ஒருவரை ஏற்பாடு செய்து அவர் மூலமாக காவல்துறையினரை அணுகினார்

அப்போதும் 'வாத்தியாருக்கு அடித்தது பெரிய குற்றம் என்றும் என்னை நீதி மன்றத்தில் நிறுத்தி மக்கோனேவில் உள்ள சிறுவர் சீர்திருத்தப் பள்ளிக்கு அனுப்பப் போவதாகவும்' அவர்கள் சட்டத்தரணியிடம் தெரிவித்துவிட்டனர். அந்த சட்டத்தரணி அங்கிருந்த காவல்துறை பொறுப்பதிகாரிக்கு நடந்த உண்மைச் சம்பவத்தை விளக்கி கூற, அவர் முறைப்பாடு செய்தவர்கள் தாங்கள் கொடுத்த முறைப்பாட்டை திரும்பப் பெற்றால் மட்டுமே என்னை விடுதலை செய்ய வழி இருக்கிறதென்றும் அதற்கு மாலை 5 மணி வரை அவகாசம் தருவதாகவும் தெரிவித்தார்.

அப்போது நேரம் பகல் 11 மணியாகியிருந்தது.

அந்த சட்டத்தரணி தனது காரிலேயே எனது பெற்றோரை பாடசாலைக்கு அழைத்துவந்து பாடசாலை அதிபருடனும் கதிர்காமர் வாத்தியாருடனும் பேசிய போதும் அவர்கள் தாங்கள் கொடுத்த முறைப்பாட்டை திரும்பப் பெறமறுத்துவிட்டனர்.

அதற்கு மேல் தன்னால் ஒன்றும் செய்ய முடியாதென சட்டத்தரணி கைவிரித்துவிட, பயந்து போன எனது தந்தை மந்திகை சந்தியில் வாடகை கார் வைத்திருந்த இரத்தினம் என்பவரின் காரை வாடகைக்கு அமர்த்திக் கொண்டு அந்த நேரம் எமது பிரதேச தலைவர்கள் என்று சொல்லிக்கொண்டிருந்த ஜெயக்கொடி, துரைரத்தினம், நடராசா என்று எல்லோரையும் சென்று பார்த்து நடந்ததை சொல்லி உதவிசெய்யும் படி கெஞ்சினார். ஆனால் வாத்தியருக்கு அடித்த பொடியனுக்கு ஒன்றும் செய்ய முடியாது என்று அவர்கள் கையை விரித்துவிட்டனர்.

எனது சிறிய தந்தை செல்லத்தம்பி சிறுபான்மை தமிழர் மகாசபையின் பிரிதிநிதிகள் மூலம் எதாவது செய்விக்கலாம் என்று அவர்களுடன் பேசுவதற்காக யாழ்ப்பாணத்திற்குச் சென்றிருந்தார். அவர்களுக்கும் பருத்தித்துறைக்கு வந்து எங்களுக்கு உதவி செய்ய நேரம் இருக்கவில்லை.

மாலை 5 மணி வரை நான் காவல்துறையின் காவலில் அழுது கொண்டிருக்க எனது பெற்றோர் கண்ணீரும் கம்பலையுமாக வீதிவீதியாக அலைந்து கொண்டிருந்தனர்.

இதற்கிடையில் இந்த விடயத்தை அறிந்த கரவெட்டி பகுதி கம்யூனிஸ்ட் கட்சித் தோழர்கள் தோழர் சண்முகதாசனுக்கு ரங்கோல் போட்டு நடந்ததைச் சொல்ல அவர் உடனடியாக தோழர் எஸ்.டி.பண்டாரநாயக்காவை (சந்திரிகாவின் தந்தை அல்ல) தொடர்பு கொண்டு நடந்ததைச் சொல்லி அவர் மூலமாக கொழும்பிலுள்ள காவல்துறை தலைமையகத்தின் ஊடாக பருத்தித்துறை காவல் நிலையத்துக்கும் பருத்தித்துறை நீதிபதிக்கும் தகவல் அனுப்பியிருந்தார்.

மாலை 5 மணிக்கு பருத்தித்துறை காவல்துறையினர் என்னை பருத்தித்துறை நீதிபதியின் முன் அவரது வீட்டில் நிறுத்திய போது என்னை ஒரு குற்றவாளியாக அல்லாமல் அன்புடன் அணுகிய நீதிபதி நடந்த சம்பவத்தை மறைக்காமல் சொல்லும்படி கேட்டார்.

நான் அழுதுகொண்டே நடந்ததைச் சொல்ல அதை பதிவு செய்த அவர் காவல்துறையினரைப் பார்த்து 'என்மீது வழக்கு பதிவு செய்ய வேண்டாம் என்றும், பாடசாலைக்குச் சென்று நடந்த சம்பவத்தை விசாரித்து நடவடிக்கை எடுக்கும் படியும்' உத்தரவிட்டு என்னை விடுதலை செய்தார்.

பின்னர் நடந்த விசாரணையில் கல்வித்துறை உயர் அதிகாரிகளும் கலந்துகொண்டனர். கதிர்காமர் வாத்தியார் என்னை தூக்கி சுவரில் மோதி அடித்தது உண்மை என்பது உறுதியாகியது. சாதிரீதியாக அந்தப் பாடசாலையில் நடந்த புறக்கணிப்புகளும் வெளிச்சத்துக்கு வந்தன. இதை அடுத்து கதிர்காமர் வாத்தியார் மீது துறைசார் நடவடிக்கை எடுக்கப்பட்டு அவர் தற்காலிக பணிநீக்கம் செய்யப்பட்டதாகவும் பின்னர் மீண்டும் பணிக்குச் சேர்ந்த போது மலையகத்துக்கு இடமாற்றம் பெற்று சென்று விட்டதாகவும் அறிந்தேன்.

இந்தச் சம்பவத்தின் பின்னர் அந்தப் பாடசாலையில் எமது சமூகப் பிள்ளைகளை தரையில் இருத்துவது, கிணற்றில் தண்ணீர் அள்ள அனுமதிமறுப்பது, பிளாவில் பால் கொடுப்பது எல்லாம் நிறுத்தப்பட்டாலும் நான் தொடர்ந்து அங்கு கல்வி கற்க அனுமதி மறுக்கப்பட்டது.

'ஆசிரியருக்கு அடித்த ஒழுக்கமற்ற மாணவன்' என்று எனது பாடசாலை சான்றிதழில் எழுதி என்னைப் பாடசாலையில் இருந்து நீக்கிவிட்டார்கள்.

இது என்னை அவர்கள் மக்கோனாவுக்கு அனுப்ப முயற்சித்ததைவிட எனக்கு பெரிய பாதிப்பைத் தந்தது.

எந்தவொரு பாடசாலையிலும் என்னை சேர்த்துக்கொள்ள மறுத்தார்கள். ஆசிரியருக்கு அடித்த மாணவன் என்ற குற்றச்சாட்டுத்தான் முன்னுக்கு நின்றதே தவிர எனது தரப்பு நியாயம் சாதிய சமூகத்தில் எடுபடவில்லை.

எனது தந்தை எமது பிரதேசத்திலுள்ள எல்லா பாடசாலை களுக்கும் சென்றுபேசிப் பார்த்தும் எந்தப்பலனும் கிட்டவில்லை. கல்வித் திணைக்களம் வரை சென்று முயன்றும் முடியவில்லை. அவர்கள் தட்டிக்கழிப்பதற்காக ஏதாவது ஒரு பாடசாலைக்கு போகச் சொல்வார்கள். அந்த பாடசாலை அதிபர் எனது பாடசாலை சான்றிதழைப் பார்த்துவிட்டு இடம் இல்லை

தொகுப்பு: ரவிக்குமார்

என்பார்.எமது சமூக பிள்ளைகளின் முன்னேற்றத்துக்காக ஆரம்பிக்கப்பட்ட ‘வதிரி தேவரையாளி இந்துக்கல்லூரி’யில் கூட எனக்கு இடம் இடம் கிடைக்கவில்லை. அவர்களுக்குக் கூட அசிரியரை அடித்த மாணவன் என்பது தான் முக்கியமாகக் கண்ணில் பட்டது என்பது தான் வருத்தத்துக்குரிய விடயம்

ஏறக்குறைய இரண்டு மாதகாலம் இப்படியே அலைந்து திரிந்து ஒரு கட்டத்தில் எனது தந்தை மிகவும் சோர்ந்து மனமுடைந்துவிட்டார்.

இந்த நேரத்தில் தோழர் சிவராசா இறுதி முயற்சியாக ஒருவரை சந்திப்போம் என்று கரவெட்டியிலுள்ள ஒரு ஆசிரியையின் வீட்டுக்கு அவரை அழைத்துச் சென்றார்.

அந்த ஆசிரியை பருத்தித்துறையிலுள்ள ‘மெதடிஸ்த பெண்கள் பாடசாலை’யில் கல்வி கற்பித்துக் கொண்டிருந்தார். அத்துடன் அந்த கல்லூரி அதிபர் அந்த ஆசிரியையின் கற்பித்தல் முறை மற்றும் சமூக அக்கறை என்பவற்றால் அவர் மீது நன்மதிப்பு வைத்திருந்தார்.

அந்தக் காலகட்டத்தில் அந்தப்பாடசாலையில் 5ஆம் வகுப்புவரை சிறுவர்கள் படிக்கலாம். 6ஆம் வகுப்புக்கு நுழைவுத் தேர்வு எழுதி ஹாட்லிக் கல்லூரிக்கு செல்லலாம். மெதடிஸ்த பெண்கள் பாடசாலையில் கல்விகற்கும் மாணவர்களுக்கு ஹாட்லிக் கல்லூரியில் சேர்வதற்கு முன்னுரிமை அளிக்கப்படவேண்டும் என்பது விதியாக இருந்தது.

அந்த ஆசிரியையிடம் தோழர் சிவராசாவும் எனது தந்தையும் நடந்ததைக் கூற அவர் கொதித்துப் போய்விட்டார்.

ஒரு சிறு பிள்ளையின் எதிர்காலத்தைப் பழாக்குவதில் இந்த சமூகம் எவ்வளவு அயோக்கியத்தனமாக நடந்து கொள்கிறது என்று வருத்தப்பட்டார்.

உடனடியாகவே அவர் மெதடிஸ்த பெண்கள் பாடசாலை அதிபரின் வீட்டுக்கு தோழர் சிவராசாவையும் எனது தந்தையையும் அழைத்துக்சென்றார்.

தீவிர கிறிஸ்தவரான அந்தப் பெண் அதிபரிடம் எனது தந்தையும் தோழர் சிவராசாவும் கூறிய அனைத்தையும் அந்த ஆசிரியை எடுத்துச் சொன்னார்.

அவற்றையெல்லாம் பொறுமையாகக் கேட்ட அவர் ‘கர்த்தரே இந்தப் பாவிகள் அறியாமல் செய்யும் பிழைகளை மன்னித்தருளும்’ என்ற ஒரே ஒரு வசனத்தை மட்டும் கூறிவிட்டு மறுபேச்சின்றி என்னை அந்தப் பாடசாலையில் உடனடியாக சேர்த்துக்கொள்ள சம்மதம் தெரிவித்தார்.

எனது தந்தை அடைந்த மகிழ்ச்சிக்கு அளவில்லை.

மறு நாள் காலையிலேயே நாங்கள் பாடசாலைக்குச் சென்றுவிட்டோம்.

எந்தவித கேள்விகள், விசாரிப்புகள், காத்திருப்புக்கள் ஏதுமின்றி நான் அந்தப் பாடசாலையில் சேர்த்துக்கொள்ளப்பட்டு விட்டேன். என்னுடைய அதிர்ஷ்டம் நான் அந்த பாடசாலையில் சேர்வதற்கு உதவிய ஆசிரியையே எனது வகுப்பாசிரியராக இருந்தார். அவர் முதல் வரிசையில் என்னை அழைத்துச் சென்று அமரவைத்தார்.

என்னுடைய வாழக்கையில் நான் மறக்க முடியாத அளவுக்குப் பேருதவி புரிந்து எனது கல்விச் செயற்பாட்டை ஊக்குவித்த அந்த ஆசிரியையின் பெயர் மேரி (டீச்சர்) ஆகும். 1980 களில் விடுதலைப்புலிகள் இயக்கத்தின் தளபதிகளில் ஒருவராக இருந்த சுக்ளா அவருடைய மகன் என்பது சிறப்பு தகவலாகும்.

மெதடிஸ்த பெண்கள் பாடசாலை பருத்தித்துறை கடற்கரை ஓரம் மிகவும் ரம்யமான இயற்கைச் சூழலில் அமைந்திருந்தது. எங்களது வகுப்பில் இருந்து கடலை பார்த்துக்கொண்டே பாடம் படிப்பது எனக்கு மிகவும் பிடித்திருந்து. மேரி டீச்சர் உட்பட எமக்குப் பாடம் நடத்திய ஆசிரியைகள் அனைவரும் என்னை அன்பாகவும் கண்ணியத்துடனுமே நடத்தினர். என்னுடைய பின்னணி தெரிந்து எனக்கு கற்பிப்பதற்குக் கூடிய அக்கறை எடுத்துக்கொண்டனர்.

எற்கனவே அந்தப் பாடசாலையில் எனக்கு சித்தி முறையான மகாலட்சுமி, அத்தை முறையான இரத்தினமணி ஆகியோர் படித்துக்கொண்டிருந்தனர். அவர்களுடன் சேர்ந்து அந்தப்பாடசாலைக்குப் போவதும் திரும்பி வருவதும் எனக்குப் பிடித்திருந்து.

என்ன, மந்திகை பாடசாலை எனது வீட்டில் இருந்து நடந்து செல்லும் தூரத்தில் இருந்தது. இது எங்கள் வீட்டில் இருந்து நான்கு கிலோ மீட்டர் தொலைவிலுள்ள பருத்தித்துறை நகரத்தில் இருந்ததால் மந்திகை சந்திக்கு நடந்து சென்று அங்கிருந்து பருத்தித்துறைக்கு பேருந்தில் செல்ல வேண்டி இருந்தது.

தாழ்த்தப்பட்ட வகுப்பினரின் கல்வியை மேம்படுத்துவதற்குச் சிறப்பு நடவடிக்கைகள் அவசியம்

எல். இளையபெருமாள் கமிட்டி அறிக்கை

(இந்தியாவில் உள்ள தாழ்த்தப்பட்ட மக்களின் சமூக பொருளாதார கல்வி நிலை குறித்து ஆய்வு செய்வதற்காக திரு.எல்.இளையபெருமாள் தலைமையில் அமைக்கப்பட்ட குழு தனது அறிக்கையை 1969ஆம் ஆண்டு ஜனவரி மாதம் 30ஆம் தேதி மந்திய சமூக நலம் மற்றும் சட்டத்துறை அமைச்சரிடம் சமாப்பித்தது. "Report of the committee on untouchability, Economic and Educational Development of the Scheduled Castes and Connected Documents 1969என்ற தலைப்பிலான அந்த அறிக்கை சுமார் 500 பக்கங்கள் கொண்டதாகும். இந்த அறிக்கையில் பரிந்துரைக்கப்பட்ட தீர்வுகளை மத்திய அரசு ஏற்றுக்கொள்ளவில்லை. அந்த அறிக்கையைப் பொதுமக்கள் பார்வைக்கும் வைக்கவில்லை. இந்த அறிக்கையை நடைமுறைப்படுத்தும்படி திரு. எல்.இளையபெருமாள் அவர்கள் தான் சாகும்வரை மத்திய அரசை வலியுறுத்திக்கொண்டு இருந்தார். தமிழ் நாட்டில் விடுதலை சிறுத்தைகள் உள்ளிட்ட தலித் இயக்கங்கள் பலவும் அந்த அறிக்கையை நடைமுறைப்படுத்துமாறு கோரி வந்தன. ஆனால் அதற்கு மத்திய அரசு ஒருபோதும் செவிசாய்க்கவில்லை. இந்தியா முழுவதும் பயணம் செய்து பல்வேறு மாநிலங்களிலும் தாழ்த்தப்பட்ட மக்களின் நிலையை ஆய்வு செய்து மிகுந்த சிரத்தையோடும், பொறுப்புணர்வோடும் தயாரிக்கப்பட்ட அந்த அறிக்கை மத்திய அரசால் கிடப்பில் போடப்பட்டது. பிற்படுத்தப்பட்டோருக்கான இடஒதுக்கீடு பற்றி ஆராய்வதற்கு மண்டல் தலைமையில் குழு அமைக்கப்படுவதற்கு முன்பே இளையபெருமாள் குழு அமைக்கப்பட்டது. இந்திய அரசியலில் பிற்படுத்தப்பட்டோரின் எழுச்சி மண்டல் குழுவின் பரிந்துரைகள் நிறைவேறக் காரணமானது. அத்தகைய அழுத்தம் இல்லாத காரணத்தால்தான் இளையபெருமாள் குழு அறிக்கை புறக்கணிக்கப்பட்டது. அந்த அறிக்கையில் கல்வி தொடர்பாக இடம் பெற்றுள்ள பகுதி இங்கே முதன்முறையாகத் தமிழில் மொழி பெயர்த்துத் தரப்படுகிறது. தமிழாக்கம்: **ரவிக்குமார்**)

நாகரீக சமுதாயம் ஒன்றின் எழுச்சியும், வீழ்ச்சியும் அந்த சமூகத்தைச் சேர்ந்தவர்கள் கல்வியைக் குறித்து என்ன தத்துவ நோக்கைக் கொண்டுள்ளார்களோ அதில் அடங்கி இருக்கிறது என்று சொல்லப்படுவதுண்டு. ஒரு சமூகம் அல்லது தேசத்தின் முன்னேற்றம் என்பது அங்கே வழங்கப்படும் கல்வியைப் பொறுத்ததாக அமைகிறது. "நாகரீக உலகில் கல்வியை மதிக்காத இனம் அழிந்து போய்விடும்" என்று அதைத்தான் தத்துவ அறிஞர் ஒய்ட் ஹெட் என்பவர் தெளிவாகக் குறிப்பிட்டார். "அலெக்சாண்டர் இருபத்தைந்து வயது ஆவதற்குள்ளாகவே உலகின் பாதி பகுதியை வென்றிருக்கலாம், நியூசிலாந்தினுடைய கப்பல் படை தளபதிகள் இருபது வயதிற்குள்ளாகவே பல நாடுகளை கண்டுபிடித்திருக்கலாம். ஆனால் நமது காலத்திலோ பயிற்சிக்கும், அனுபவத்துக்கும் நீண்ட காலம் தேவைப்படுகிறது. கல்வியின் மூலமாகத்தான் மனிதர்களின் அறிவாற்றல் உயர்த்தப்பட முடியும். எனவே எந்தவொரு சமூகத்தினதும் பொருளாதார, சமூக, பண்பாட்டு வளர்ச்சிக்குக் கல்வி வளர்ச்சி என்பது முன்நிபந்தனையாக இருக்கிறது" என்று ஜெ.டபிள்யூ. கார்டனர் என்ற சிந்தனையாளர் குறிப்பிட்டுள்ளார்.

இந்தியாவில் சமூக சீர்திருத்தவாதிகளும் ஆன்மீகவாதிகளும் கல்வியின் முக்கியத்துவத்தை உணர்ந்திருந்த காரணத்தினால்தான் மக்களுடைய கல்வி வளர்ச்சிக்காக அரும்பாடு பட்டார்கள். குறிப்பாக தாழ்த்தப்பட்ட மக்களுடைய சமூக, பொருளாதார மேம்பாடு என்பது கல்வி வளர்ச்சியோடு சம்பந்தப்பட்டிருக்கிறது என்பதை அவர்கள் நன்றாகவே உணர்ந்திருந்தார்கள். என்றபோதிலும், தாழ்த்தப்பட்ட மக்களின் கல்வி வளர்ச்சியானது தீண்டாமை உள்ளிட்ட பல்வேறு விதமான இடர்பாடுகளின் காரணமாக மிகவும் மந்தமாகவே இருந்து வந்துள்ளது. பண்டைக்காலங்களில் பள்ளிகள் கோயில்களுக்குள் இருந்த காரணத்தால் தீண்டப்படாதவர்களாக விலக்கி வைக்கப்பட்டிருந்த தாழ்த்தப்பட்ட மக்கள் அங்கே சென்று கல்வி பயில்வதற்கு முடியவில்லை. 1932ஆம் ஆண்டு டிசம்பர் 24ஆம் தேதியிட்ட இந்து நாளிதழில் வெளியான செய்தி ஒன்று திருநெல்வேலி மாவட்டத்தில் புராண வன்மன் (தற்போது புரதவண்ணார்) என்று அழைக்கப்படும் ஒரு சமூகத்தவர் குறித்த செய்தி ஒன்று வெளியாகி உள்ளது. அவர்களைப் பார்த்தாலே தீட்டு என்று விதிக்கப்பட்டிருந்ததாகவும், அதனால் அவர்கள் இருட்டிய பிறகுதான் தங்கள் வசிப்பிடங்களை விட்டு வெளியே வந்து நடமாட வேண்டும் என்று கட்டுப்பாடு இருந்ததாகவும் அதன்

காரணமாக அவர்கள் நரிகளைப்போல, ஓநாய்களைப்போல மறைந்து வாழ வேண்டியவர்களாக இருந்தார்கள் என்றும் அந்த செய்தியில் தெரிவிக்கப்பட்டுள்ளது. பண்டைக்காலத்தில் இந்தியாவின் பல மாநிலங்களில் பிற்பட்ட வகுப்பைச் சேர்ந்த பிள்ளைகளுக்கு கல்வி போதிப்பது என்பதே ஒரு குற்றமாக விதிக்கப்பட்டிருந்தது. சூத்திரர்கள் வேதம் ஓதுவதை கேட்கக்கூடாது. அப்படிக் கேட்டால் அவர்களுடைய காதுகளில் ஈயத்தைக் காய்ச்சி ஊற்றவேண்டும். அவர்கள் வேதங்களை உச்சரித்தால் அவர்களது நாக்கை அறுக்க வேண்டும் என்று மனுஸ்மிருதியில் கூறப்பட்டுள்ளது. இதன் காரணமாக தாழ்த்தப்பட்டவர்கள் என்று பட்டியலிடப்பட்டுள்ள சமூகங்களைச் சேர்ந்தவர்கள் கல்வியின் பயனைப் பெறமுடியாதவர்களாக, படிப்பறிவற்றவர்களாக காலமெல்லாம் கஷ்டப்படவேண்டிய நிலைக்கு ஆளாக்கப்பட்டு இருக்கிறார்கள்.

பின்தங்கிய வகுப்பாரின் நலனுக்காக மன்னர்களின் காலத்திலோ அதன் பிறகு வந்த பிரிட்டிஷ்காரர்களின் ஆட்சியின்போதோ எந்தவொரு தீவிர நடவடிக்கையும் மேற்கொள்ளப்படவில்லை. திருவிதாங்கூர் சமஸ்தானமும், கொச்சின், மைசூர், பரோடா அரசுகளும் இதற்கு ஒரு விதிவிலக்கு ஆகும். அங்கே ஆட்சி புரிந்த மன்னர்கள் பிற்படுத்தப்பட்ட மக்களை முன்னேற்றுவதற்காக பல்வேறு நடவடிக்கைகளை எடுத்திருக்கிறார்கள். 1928ஆம் ஆண்டு வாக்கிலேயே திருவிதாங்கூர் சமஸ்தானத்தில் தாழ்த்தப்பட்ட மக்களின் மேம்பாட்டுக்கான பணிகளை மேற்கொள்ளக்கூடிய பொறுப்பு கூட்டுறவு சங்கங்களின் பதிவாளரிடத்தில் ஒப்படைக்கப்பட்டிருந்தது. அது மெல்ல மெல்ல வளர்ந்து 1937ஆம் ஆண்டில் ஒரு ஆலோசனை வாரியமாக உருவெடுத்தது. அந்த வாரியம் பின் தங்கிய வகுப்பாரினுடைய மேம்பாட்டுக்காக எடுக்கப்பட வேண்டிய நடவடிக்கைகள் குறித்து அரசுக்கு ஆலோசனைகளை வழங்கியது. அதன் விளைவாக 1931ஆம் ஆண்டு திருவிதாங்கூர் சமஸ்தானத்தில் ஒரு மைல் சுற்றளவில் கல்வி கற்றவர்களுடைய எண்ணிக்கை 289ஆக இருந்தது. ஆனால் அதே காலத்தில் அகில இந்திய அளவில் அது 95 பேர் என்ற அளவிலேயே இருந்தது. கொச்சின் ராஜ்யத்திலும் அதை ஆண்ட மகாராஜா பிற்படுத்தப்பட்ட மக்களுடைய நலன்களுக்காகப் பல நடவடிக்கைகளை மேற்கொண்டார். 1926ஆம் ஆண்டில் பொது கல்விக்கான இயக்குனர் என்ற பதவி உருவாக்கப்பட்டது. 1931ஆம் ஆண்டில் தாழ்த்தப்பட்ட மக்களின் நலன்களை கவனிப்பதற்கென்று தனியே ஒரு துறை உருவாக்கப்பட்டது. அதுமட்டுமின்றி அந்த மக்களின் கல்வி வளர்ச்சிக்காக கீழ்க்கண்ட நடவடிக்கைகள் எடுக்கப்பட்டன. (1) தாழ்த்தப்பட்ட மக்களுக்கென்று பள்ளிகள் உருவாக்கப்பட்டன.

(2) அந்த சமூகத்தைச் சேர்ந்த மாணவர்களுக்கு கல்வி உதவித்தொகையும், ஊக்கத்தொகையும் வழங்கப்பட்டன. (3) கல்லூரி படிப்புக்காக சிறப்பு வசதிகள் ஏற்படுத்தப்பட்டன. (4) பள்ளிகளில் பயிலுகின்ற மாணவர்களுக்கு தேவையான வசதிகள் அளிக்கப்பட்டன. (5) மாணவர்களுக்கென சிறப்பு விடுதிகள் உருவாக்கப்பட்டன. (6) மாணவர்களுக்கென்று நெசவு, எம்ப்ராய்டரி, பாய் முடைதல் முதலான பயிற்சிகள் அளிக்கப்பட்டன. இந்த நடவடிக்கைகளின் காரணமாக இந்திய அளவில் பிற்படுத்தப்பட்ட சமூகத்தினரின் கல்வி நிலை கொச்சி ராஜ்யத்தில் தான் அதிகமாக இருந்தது. 1931ஆம் ஆண்டு புள்ளி விவரப்படி அங்கு ஒரு மைல் பரப்பளவில் 337 பேர் கல்வி கற்றவர்களாக இருந்தார்கள்.

பரோடா ராஜ்ஜியத்திலோ 1931ஆம் ஆண்டில் தாழ்த்தப் பட்டவர்களுக்கென்று நடத்தப்பட்டு வந்த தனிப் பள்ளிகள் ஒழிக்கப்பட்டு அந்தக் குழந்தைகளும் மற்ற குழந்தைகளோடு சேர்ந்து கல்வி பயிலுவதற்கு ஏற்பாடு செய்யப்பட்டது. அதை அங்கிருந்த சாதி இந்துக்கள் கடுமையாக எதிர்த்தனர். பள்ளிகளில் இருந்து தமது பிள்ளைகளை அவர்கள் அழைத்துச் சென்றதோடு தாழ்த்தப்பட்ட மக்களுடைய பயிர்களை அழித்தும் அவர்கள் குடிதண்ணீர் எடுப்பதற்கு பயன்படுத்தி வந்த கிணறுகளில் மண்ணெண்ணையை ஊற்றியும் கொடுமை இழைத்தனர். பிற்படுத்தப்பட்டோரின் கல்வியைப் பொறுத்தவரையில் இந்திய அளவில் பரோடா மூன்றாவது இடத்தில் இருந்தது. 1931ஆம் ஆண்டு மக்கள் தொகை கணக்கெடுப்பின்படி அங்கே 10.3 விழுக்காட்டினர் கல்வி பயின்று இருந்தனர். இந்தியாவின் அரசியலமைப்பு சட்டத்தினுடைய தந்தையான டாக்டர் அம்பேத்கர் அவர்களுடைய கல்விக்காக பரோடா மகாராஜா கெய்க்வாட் அவர்கள் செய்த உதவி இதற்கு ஒரு உதாரணமாகும். அதைப்போலவே மைசூர் மகாராஜாவும் தமது ராஜ்யத்தைச் சேர்ந்த தாழ்த்தப்பட்ட மக்களின் மேம்பாட்டிற்கென்று பல்வேறு நடவடிக்கைகளை எடுத்தார். மேற்சொன்ன நான்கு ராஜ்யங்களைச் சேர்ந்த மகாராஜாக்களும் தாழ்த்தப்பட்ட மக்களின் கல்வி மேம்பாட்டிற்காக ஆற்றியபணி பாராட்டத்தக்கதாகும். இன்றும் இந்த பகுதிகளில் தாழ்த்தப்பட்ட மக்களின் கல்வி நிலை ஒப்பீட்டளவில் நல்லமுறையில் இருப்பதற்கு அவர்கள் அப்போது ஆற்றிய பணிகளே காரணம். இவற்றைத்தவிர பம்பாய் மாகாணமும் இந்த விஷயத்தில் அளப்பறிய பணிகளைச் செய்துள்ளது. அங்கும் 1931ஆம் ஆண்டிலேயே பிற்படுத்தப்பட்ட நலத்துறை உருவாக்கப்பட்டிருந்தது. தாழ்த்தப்பட்ட மக்களின் கல்வி மேம்பாட்டுக்காக பாடுபட்ட திரு. பாபாசாகிப் கேர் என்பவரின் பணி அதில் குறிப்பிட்டுச் சொல்லப்படவேண்டியதாகும்.

இருந்தபோதிலும் பம்பாய் மாகாணத்தில் பல மாவட்டங்களிலும் தீண்டாமை கொடுமை மூர்க்கமாக இருந்த காரணத்தினால் அங்கே கல்வி வளர்ச்சி பெரிதும் தடைபட்டு இருந்தது. பம்பாய் மாகாணத்தில் சூரத், அகமதாபாத், நாசிக், ரத்தனகிரி ஆகிய மாவட்டங்களில் தாழ்த்தப்பட்ட சமூகத்தைச் சேர்ந்த பிள்ளைகளைப் பள்ளிகளில் சேர்ப்பதற்குத் தடை இருந்ததாக அம்மாகாணத்தின் பொதுக்கல்வி இயக்குனர் 1928–29ஆம் ஆண்டுக்கான அறிக்கையில் குறிப்பிட்டிருக்கிறார். அந்த மாவட்டங்களில் சாதி இந்துக்களின் அடக்குமுறை காரணமாகத் தாழ்த்தப்பட்ட சமூகத்தைச் சேர்ந்தவர்கள் தமது பிள்ளைகளைப் பள்ளிக்கு அனுப்பாமல் நிறுத்த வேண்டி வந்தது.

1920களிலேயே தமிழ்நாட்டில் பிற்படுத்தப்பட்ட வகுப்பினரின் கல்வி மற்றும் பொருளாதார வளர்ச்சியை கவனித்துக்கொள்வதற்காக லேபர் கமிஷனர் என்ற பதவி உருவாக்கப்பட்டு இருந்தது. அரசாங்கம் நடத்துகின்ற பள்ளிகள் அனைத்திலும் தாழ்த்தப்பட்ட சமூகத்தைச் சேர்ந்த பிள்ளைகளைச் சேர்த்துக்கொள்ள வேண்டும் என்று அப்போது அறிவிக்கப்பட்டு இருந்தது. அப்படிச் சேர்த்துக்கொள்ளாத பள்ளிகளுக்கு அரசு உதவித்தொகை நிறுத்தப்பட்டது. இருந்தபோதிலும் தாழ்த்தப்பட்ட மக்களுடைய கல்வி மேம்பாட்டுக்காக அரசாங்கத்தை விடவும் அதிகமாக கிறித்தவ மிஷனரிமார்களே அளப்பறிய சேவைகளைச் செய்திருக்கிறார்கள். அவர்கள் நடத்தி வந்த அமைப்புகளுள் தாழ்த்தப்பட்ட வகுப்பினர் ஒன்றியம் (Depressed Classes Union), ஏழைகள் பள்ளிக் கழகம் (Poor School Society), சமூக சேவை இணையம் (Social Services League), ஆர்க்காடு மிஷன் (Arcot Mission) மற்றும் தாழ்த்தப்பட்ட வகுப்பினர் மாநாடு (Depressed Classes Conference) ஆகியவற்றின் பணி குறிப்பிட்டுச் சொல்லப்படவேண்டியதாகும். ஆர்க்காடு மிஷன் தாழ்த்தப்பட்ட பிள்ளைகளுக்கென வேளாண் பள்ளி ஒன்றையும் நடத்தி வந்தது.

தாழ்த்தப்பட்ட மக்களின் கல்விக்காக 1916ஆம் ஆண்டு முதற்கொண்டு எம்.சி.ராஜா, ராவ்பகதூர் இரட்டைமலை சீனிவாசன், சுவாமி சகஜாநந்தா ஆகியோர் ஆற்றிய பணிகளும் குறிப்பிடத்தக்கவையாகும். அந்த காலத்தில் தாழ்த்தப்பட்ட வகுப்பினர் தமக்கென்று அமைக்கப்பட்ட தனிப்பள்ளிகளில்தான் படிக்க முடிந்தது. அவர்களைத் தம்மோடு சாதி இந்துக்கள் சேர்த்துக்கொள்ளவில்லை. 1931ஆம் ஆண்டில் அரசு உதவிப்பெறும் பள்ளிகள் அனைத்திலும் தீண்டப்படாத சாதிகளைச் சேர்ந்த பிள்ளைகளையும் சேர்த்துக்கொள்ள வேண்டும் என்று அரசு ஆணையிட்டபோது சாதி இந்துக்கள் தமது பிள்ளைகளை அந்தப் பள்ளிகளுக்கு அனுப்ப மறுத்ததால் அவற்றை நடத்தி

வந்த பலர் அந்தப் பள்ளிகளை மூடிவிட்டார்கள். இப்படிப் பல்வேறு நடவடிக்கைகள் எடுக்கப்பட்ட போதிலும் தமிழ்நாட்டில் தாழ்த்தப்பட்ட மக்களுடைய கல்வி நிலை மிகமிக மோசமாகவே இருந்தது. 1931ஆம் ஆண்டு மக்கள் தொகை கணக்கெடுப்பின்படி தமிழ்நாட்டில் இருந்த தாழ்த்தப்பட்டவர்களில் 1.5 விழுக்காட்டினர் மட்டுமே கல்வி அறிவு பெற்றவர்களாக இருந்தனர். அவர்களில் ஒரு விழுக்காட்டினர்தான் ஆரம்பக் கல்வியை தாண்டிப் படித்தவர்களாயிருந்தனர்.

வங்காளத்தில் 1930ஆம் ஆண்டிலேயே கிராமப்புற அடிப்படைக் கல்வி மசோதா நிறைவேற்றப்பட்டு இருந்தது. அப்போது அதை சாதி இந்துக்கள் எதிர்த்தனர். முஸ்லீம்களுக்கும், தாழ்த்தப்பட்டவர்களுக்கும் கல்வி வழங்கப்படுவதை அவர்கள் ஒப்புக்கொள்ளவில்லை. அஸ்ஸாம் மாநிலத்தில் தனியார் பள்ளிகளில்கூட தாழ்த்தப்பட்ட வகுப்பைச் சேர்ந்த மாணவர்கள் சேர்த்துக்கொள்ளப்பட்டதாகத் தெரிகிறது. பிற மாநிலங்களின் நிலவரம் குறித்து விவரங்கள் எதுவும் கிடைக்கவில்லை. எனினும் மேலே சொன்ன விவரங்களைக் கொண்டு பார்த்தால் இந்தியாவின் பெரும்பாலான பகுதிகளில் 1930களுக்குப் பிறகுதான் தாழ்த்தப்பட்ட மக்களுக்குக் கல்வி வழங்குவதற்கான நடவடிக்கைகள் மேற்கொள்ளப்பட்டது என்றும் அதற்கும்கூட கடுமையான எதிர்ப்புகள் இருந்தன என்றும் நாம் புரிந்து கொள்ளலாம். அதன் காரணமாக சுதந்திரத்திற்கு முன்பு இந்த மக்களின் கல்வி நிலையில் பெரிய முன்னேற்றம் எதுவும் ஏற்பட்டு விடவில்லை என்பதையும் நாம் உணரலாம்.

1931ஆம் ஆண்டு மக்கள் தொகை கணக்கெடுப்பின்போது பிரிட்டிஷ் அரசாங்கம் இதுபற்றி சிறப்புக் கவனம் செலுத்தியிருந்தது. "பிற்படுத்தப்பட்ட, தாழ்த்தப்பட்ட வகுப்புகளைச் சேர்ந்த மக்களின் நிகழ்கால, எதிர்காலப் பிரச்சனைகளை சரியான விதத்தில் புரிந்து கொள்வதற்குத் தேவையான தகவல்களைச் சேகரிக்க வேண்டும் என்று இந்திய அரசு விரும்புகிறது" என அப்போது அரசால் அறிவிக்கப்பட்டு இருந்தது. அதன் காரணமாக அப்போது நடத்தப்பட்ட மக்கள் தொகை கணக்கெடுப்பில் தாழ்த்தப்பட்ட மக்களின் கல்வி நிலை குறித்த விவரங்கள் சேகரிக்கப்பட்டன. அந்தப் புள்ளி விவரங்களின்படி அப்போது இந்தியாவில் இருந்த தீண்டப்படாத சாதிகளைச் சேர்ந்த மக்களின் எண்ணிக்கை 5,01,95,770. அதில் 1.9 விழுக்காட்டினர் மட்டுமே கல்வி அறிவு பெற்றவர்கள். கொச்சின் ராஜ்யத்தில்தான் படிப்பறிவு சதவீதம் அதிகமாக இருந்தது. அடுத்து திருவிதாங்கூர். மூன்றாவதாக பரோடா. இந்தியாவிலேயே ஜம்மு, காஷ்மீரும், பீகாரும்தான் கடைசி நிலையில் இருந்தன. அங்கே தாழ்த்தப்பட்டவர்களில் 0.5 விழுக்காட்டினர் தான் கல்வி அறிவு பெற்றிருந்தார்கள்.

ஒரிசா, ஹைதராபாத் பகுதிகளில் 0.6 விழுக்காடும், பஞ்சாப்பில் 0.8 விழுக்காடுமாக அது இருந்தது.

1937ஆம் ஆண்டில் அமைக்கப்பட்ட அமைச்சரவைகளுக்குப் பிறகுதான் பிற்படுத்தப்பட்ட தாழ்த்தப்பட்ட மக்களின் கல்வி நிலை உயர்வதற்கு வேகமாக முயற்சிகள் மேற்கொள்ளப்பட்டன. அவர்களது நலன்களுக்கான திட்டங்களை உருவாக்குவதற்குத் தனித்துறைகள் அந்தந்த மாகாண அரசுகளால் உருவாக்கப்பட்டன. அந்த அரசுகள் தம்முடைய சமூக நலத்திட்டங்களில் தாழ்த்தப் பட்ட மக்களின் முன்னேற்றம் என்பதை முக்கிய பகுதியாகச் சேர்த்துக்கொண்டன. மகாத்மா காந்தியடிகளும், டாக்டர் அம்பேத்கரும் அதற்காக அரும்பாடு பட்டனர். அனைவருக்கும் இலவசமாக அடிப்படைக் கல்வியைத் தரவேண்டும் அது கட்டாயமாக்கப்பட வேண்டும் என்று கோகலே பாடுபட்டார். இவ்வாறான முயற்சிகளின் காரணமாக 1944ஆம் ஆண்டில் மத்திய பட்ஜெட்டில் பிற்படுத்தப்பட்ட தாழ்த்தப்பட்ட வகுப்புகளைச் சேர்ந்த மாணவர்களுக்கு கல்வி உதவித்தொகை வழங்குவதற்கென்று நிதி ஒதுக்கீடு முதன்முறையாக செய்யப்பட்டது. 1944&45ஆம் ஆண்டில் இருந்து அடுத்த ஐந்து ஆண்டுகளுக்கு செலவிடுவதற்கென்று மூன்று லட்ச ரூபாயை அரசு ஒதுக்கியது. அதன்மூலம் இந்தியாவில் படிப்பவர்களுக்கென்று 2235 ஸ்காலர்ஷிப்புகளும், வெளிநாடு சென்று படிப்பதற்கென்று இருபத்திரெண்டு ஸ்காலர்ஷிப்புகளும் வழங்கப்பட்டன. அதன் மொத்த மதிப்பு 17,21,680 ரூபாய் ஆகும்.

இந்திய நாடு சுதந்திரம் அடைந்ததும் சோஷலிச சமூக அமைப்பை அது ஏற்றுக்கொண்டது. அது தாழ்த்தப்பட்ட மக்களின் மேம்பாட்டுக்குச் சாதகமாக அமைந்தது. இந்திய அரசியலமைப்புச் சட்டத்தை உருவாக்கிய நமது முன்னோடிகள் அதன் வழிகாட்டு நெறிகளில் ஒன்றாக "சமூகத்தின் நலிந்த பிரிவினருடைய சமூக பொருளாதார கல்வி மேம்பாட்டுக்குச் சிறப்பு கவனம் செலுத்தப்படவேண்டும். குறிப்பாக தாழ்த்தப் பட்ட பழங்குடி மக்களை சமூக அநீதிகளிலிருந்தும், சுரண்டலிலிருந்தும் பாதுகாக்க வேண்டும்" என்று வலியுறுத்தி உள்ளனர். அரசியலமைப்புச் சட்டத்தின் பிரிவு-29(2) இதை தெளிவாகவே விளக்கி உள்ளது. "எந்தவொரு குடிமகனும் மதம், இனம், சாதி, மொழி ஆகியவற்றின் அடிப்படையில் கல்வி நிலையங்களில் சேர்க்கப்படுவதில் இருந்து தடுக்கப்படக்கூடாது" என அது கூறுகிறது. அதுமட்டுமின்றி "மத அல்லது மொழி ரீதியான சிறுபான்மையினர் தமது விருப்பம்போல கல்வி நிலையங்களை துவக்கி நடத்துவதற்கு உரிமை உள்ளது" எனவும் அது தெளிவுபடுத்தியுள்ளது.

மற்ற சமூகத்தவருக்கு இணையாக பிற்படுத்தப்பட்ட, தாழ்த்தப்பட்ட மக்களையும் கொண்டுவர வேண்டும் என்பதே அரசியலமைப்பு சட்டத்தின் அடிப்படை நோக்கமாகும். அதற்குக் கல்வி வளர்ச்சியே முக்கியமான கருவியாகும். மற்ற வகுப்பினருக்கு இணையாக தாழ்த்தப்பட்டவர்களையும் கல்வியறிவு பெற்றவர்களாக ஆக்கவேண்டும் என்ற அரசாங்கத்தின் இலக்கு முழுமையாக எட்டப்படவில்லை என்றாலும், கடந்த 21 ஆண்டுகளில் இந்த திசையில் எடுக்கப்பட்ட நடவடிக்கைகள் பாராட்டப்பட வேண்டியவை ஆகும். பொதுவான கல்வியறிவு சதவீதத்துக்கும் தாழ்த்தப்பட்ட மக்களின் கல்வியறிவு சதவீதத்துக்கும் இடையில் மிகப்பெரும் இடைவெளி இருந்தபோதிலும் இதற்காக மத்திய மாநில அரசுகள் செய்துள்ளவற்றை நாம் புறக்கணித்து விட முடியாது. அதனால்தான் இந்தக் கமிஷனின் நோக்கங்களில் ஒன்றாக தாழ்த்தப்பட்ட மக்களுடைய கல்வி நிலையை ஆராய்ந்து மேலும் அதை மேம்படுத்துவதற்கான வழிமுறைகளை எடுத்துச்சொல்வது என்பதும் சேர்க்கப்பட்டுள்ளது.

கல்வி என்பது முதன்மையாக மாநில அரசுகளின் அதிகார வரம்புக்குட்பட்ட விஷயமாகும். மத்திய அரசானது கல்விக்கொள்கைகளை வரையறுத்து அதை மாநிலங்கள் சரியானபடி நடைமுறைப்படுத்துவதை ஒருங்கிணைக்கும் பணியைச் செய்கிறது. எனினும் தாழ்த்தப்பட்ட மக்களின் கல்வி மேம்பாட்டுக்கான மத்திய அரசு சிறப்பு கவனம் செலுத்துகிறது. அரசியலமைப்புச் சட்டத்தில் உள்ள பாதுகாப்புகள் மட்டுமின்றி இந்திய அரசு இந்த மக்களின் கல்வி மேம்பாட்டுக்காகத் தாராளமாக நிதி ஒதுக்கீடு செய்து வருகிறது. முதல் ஐந்தாண்டு திட்டத்தில் பிற்படுத்தப்பட்டவர்களுக்கென்று ஒதுக்கீடு செய்யப்பட்ட 31.9 கோடி ரூபாயில், 9.28 கோடி ரூபாய் தாழ்த்தப்பட்டவர்களின் கல்விக்காக ஒதுக்கப்பட்டது. அதுதவிர 36,738 பேருக்கு போஸ்ட்மெட்ரிக் ஸ்காலர்ஷிப் வழங்குவதற்கென 159 லட்ச ரூபாய் தனியே ஒதுக்கீடு செய்யப்பட்டது. 1956 வரை தாழ்த்தப்பட்ட மக்களின் கல்வி மேம்பாடு எப்படி இருக்கிறது என்பதை மதிப்பீடு செய்வதற்கான முயற்சிகள் மத்திய அரசால் மேற்கொள்ளப்பட்டன. தாழ்த்தப்பட்ட சமூகத்தைச் சேர்ந்த பிள்ளைகளில் 6-11 வயது கொண்டவர்களில் 40 விழுக்காட்டினரும், 11-17 வயது கொண்டவர்களில் 10 விழுக்காட்டினரும் தான் பள்ளிகளுக்குப் போவதாக அப்போது தெரியவந்தது. நாட்டின் பல்வேறு பகுதிகளிலும், தாழ்த்தப்பட்ட மாணவர்களுக்கு வழங்கப்படும் வசதிகளில் பெரும் ஏற்றத்தாழ்வு இருந்ததும் அப்போது கண்டறியப்பட்டது. கல்விக்கென்று ஒதுக்கீடு செய்யப்பட்ட நிதியை பல மாநிலங்கள் வீணாக்கியதும் தெரியவந்தது. இரண்டாவது ஐந்தாண்டு திட்ட காலத்தில் பிற்படுத்தப்பட்ட சமூகத்தினருக்கென்று ஒதுக்கப்பட்ட 79 கோடி

ரூபாயில் 11.89 கோடி ரூபாய் தாழ்த்தப்பட்ட வகுப்பினரின் கல்விக்கென்று ஒதுக்கப்பட்டது. 1,61,426 போஸ்ட்மெட்ரிக் ஸ்காலர்ஷிப்புகள் வழங்குவதற்கென்று 621 லட்ச ரூபாய் ஒதுக்கீடு செய்யப்பட்டது. மூன்றாவது ஐந்தாண்டு திட்டத்தில் மத்திய அரசு தாழ்த்தப்பட்ட மக்களின் கல்வி மேம்பாட்டுக்காக அவ்வளவு முக்கியத்துவம் அளிக்கவில்லை. ஆனால் மாநில அரசுகள் அதில் கூடுதல் கவனம் செலுத்தின. 3,19,364 போஸ்ட்மெட்ரிக் ஸ்காலர்ஷிப்புகள் வழங்குவதற்கென 1489 லட்ச ரூபாய் அப்போது ஒதுக்கீடு செய்யப்பட்டது.

ஐந்தாண்டு திட்டங்களில் நிதி ஒதுக்கீடு செய்வது மட்டுமல்லாமல் வேறுபல நடவடிக்கைகளும் கல்வி வளர்ச்சிக்காக எடுக்கப்பட்டன. தாழ்த்தப்பட்ட சமூகத்தைச் சேர்ந்த மாணவர்கள் பள்ளி, கல்லூரி கட்டணங்களைச் செலுத்துவதில் இருந்து விலக்களிக்கப்பட்டனர். அது அரசு உதவிபெறும் பள்ளிகளிலும் கூட இந்த நடைமுறை பின்பற்றப்பட்டது. இதில் மேற்கு வங்கம் மட்டும்தான் விதிவிலக்கு. பெரும்பாலான மாநிலங்களில் பொறியியல் மற்றும் மருத்துவக்கல்லூரிகளில் தாழ்த்தப்பட்டவர்களுக்கென்று 15% இடங்களை ஒதுக்குவதற்கு மாநில அரசுகள் நடவடிக்கை எடுத்தன. இந்த சமூகத்து மாணவர்களுக்கு வயது, மதிப்பெண் முதலியவற்றிலும் சலுகைகள் வழங்கப்பட்டன. ஒவ்வொரு ஆண்டும் நான்கு மாணவர்கள் வெளிநாடுகளுக்குச் சென்று படிப்பதற்கும் உதவி வழங்கப்பட்டது. பெரும்பாலான மாநிலங்களில் தாழ்த்தப்பட்ட மாணவர்களுக்கென்று பிரத்யேகமாக விடுதிகள் உருவாக்கப்பட்டது மட்டுமல்லாமல் பொது விடுதிகளிலும் தாழ்த்தப்பட்ட மாணவர்களுக்கென இடங்கள் ஒதுக்கீடு செய்யப்பட்டன. அகில இந்திய அளவில் நடத்தப்படும் போட்டித் தேர்வுகளில் கலந்து கொள்பவர்களுக்கு பயிற்சி அளிப்பதற்கென பயிற்சி மையங்கள் தமிழ்நாடு, அலகாபாத் முதலான இடங்களில் உருவாக்கப்பட்டன. கேரளாவில் இருந்த அத்தகைய பயிற்சி மையங்களில் தாழ்த்தப்பட்ட வகுப்பினர்க்கென இட ஒதுக்கீடு அளிக்கப்பட்டதோடு, அவர்களுக்கு ஸ்காலர்ஷிப்பும் வழங்கப்பட்டது. தமிழ்நாடு, கேரளா, ராஜஸ்தான் முதலான மாநிலங்களில் அந்தந்த மாநில அரசுகளின் சார்பிலும் ஸ்காலர்ஷிப்புகள் வழங்கப்பட்டன. பள்ளியில் படிக்கும் மாணவர்களுக்கும் ஸ்காலர்ஷிப்புகளை வழங்குவதற்கு மாநில அரசுகள் நடவடிக்கை எடுத்தன. சில மாநிலங்களில் நோட்டுப் புத்தகங்கள், சீருடைகள், புத்தகங்கள் முதலானவை இலவசமாக வழங்கப்பட்டன. தமிழ்நாடு, கேரளா போன்ற மாநிலங்களில் பள்ளிப் பிள்ளைகளுக்கு மதிய உணவு வழங்கப்பட்டது. சைனிக் பள்ளிகள், ஐ.டி.ஐ. முதலான

நிறுவனங்களில் தாழ்த்தப்பட்டவர்களுக்கென இடஒதுக்கீடு வழங்கப்பட்டது. பீஹார், தமிழ்நாடு, குஜராத், மைசூர் முதலிய மாநிலங்களில் தாழ்த்தப்பட்ட வகுப்பினருக்கென்று சிறப்பு பள்ளிகளும் உருவாக்கப்பட்டன. பொதுப் பள்ளிகளில் இடஒதுக்கீடும் அளிக்கப்பட்டது.

இவ்வாறான முயற்சிகள் மேற்கொள்ளப்பட்ட போதிலும் சுதந்திரம் அடைந்து இருபத்தொரு ஆண்டுகள் கழிந்த நிலையில் கல்வி அறிவு சதவீதத்தில் பொது பிரிவினருக்கும், தாழ்த்தப்பட்ட பிரிவினருக்கும் இடையே மிகப்பெரும் இடைவெளி இருப்பதைப் பார்க்க முடிகிறது. 1961ஆம் ஆண்டு மக்கள் தொகை கணக்கெடுப்பின்படி நாட்டின் கல்வியறிவு பெற்றோரின் சதவீதம் 24 ஆகும். ஆனால் தாழ்த்தப்பட்டோரில் அது 10.27% தான். பல்வேறு மாநிலங்களில் இந்திய அளவிலான நிலையை விடத் தாழ்த்தப்பட்டோரின் கல்வி நிலை மிகவும் குறைவாகவே இருக்கிறது.

1931 மற்றும் 1961 ஆகியவற்றுக்கு இடையிலான காலக் கட்டத்தில் தாழ்த்தப்பட்டவர்களின் கல்வி நிலையில் ஏற்பட்டுள்ள முன்னேற்றத்தை ஒப்பிட்டுப் பார்த்தால் யதார்த்தத்தை ஓரளவு நாம் விளங்கிக்கொள்ள முடியும்.

பல்வேறு மாநிலங்களிலும் குறிப்பாக மேற்குவங்கம், பஞ்சாப், ஜம்மு& காஷ்மீர், பீஹார், மைசூர் ஆகியவற்றில் தாழ்த்தப்பட்ட வகுப்பினரின் கல்வி வளர்ச்சி மிகவும் மந்த நிலையிலேயே உள்ளது. அதற்காக ஒதுக்கீடு செய்யப்படும் நிதி வீணாக்கப்படுவதையும் நாம் பார்க்க முடிகிறது. எனவே இந்த மாநிலங்களில் சிறப்புப் பயிற்சி அளிக்கப்பட வேண்டியது அவசியம். இதுகுறித்து வெளியிடப்படும் அரசு ஆணைகள் சரியான முறையில் நிறைவேற்றப்படவில்லை. தொழிற்கல்வியில் 15% இடங்களைத் தாழ்த்தப்பட்டவர்களுக்கு ஒதுக்க வேண்டும் என ஆணை பிறப்பிக்கப்படட போதிலும் பல மாநிலங்கள் அதை கடைபிடிக்கவில்லை. சில மாநிலங்கள் கொள்கை அளவில் அதை ஏற்றுக்கொள்ளவும் இல்லை. இதனால் பொறியியல் மற்றும் மருத்துவக் கல்லூரிகளில் தாழ்த்தப்பட்டவர்கள் சேர்வது என்பது மிகவும் சிரமமாக இருக்கிறது. ஸ்காலர்ஷிப்புகளை வழங்குவதிலும் தேவையற்ற தாமதம் நேர்கிறது.

மருத்துவம், பொறியியல் ஆகிய படிப்புகளில் சேரும் தாழ்த்தப்பட்ட மாணவர்கள் தேர்வில் ஏதேனும் ஒரு பாடத்தில் மட்டுமே தோல்வி அடையலாம் மறுபடி தோல்வி அடைந்தால் அவர்களுக்கு ஸ்காலர்ஷிப் கிடையாது. பிற பாடங்களைப் பயில்கிறவர்கள் தோல்வி அடைந்து விட்டால் அவர்களுக்கு ஸ்காலர்ஷிப் முழுவதுமாக நிறுத்தப்படும் என அரசு உத்தரவிட்டிருப்பதால் தேர்வில் ஒருசில பாடங்களில்

தோல்வியடையும் மாணவர்கள் ஸ்காலர்ஷிப் இல்லாததால் படிப்பைப் பாதியிலேயே விட்டுவிட்டுச் செல்ல வேண்டிய சூழ்நிலை உள்ளது.

தாழ்த்தப்பட்ட வகுப்பினரிடையே இருக்கும் திறமையான மாணவர்களைக் கண்டறிந்து அவர்களுக்குச் சிறப்பு கவனம் செலுத்துகின்ற முயற்சி இதுவரை மேற்கொள்ளப்படவில்லை. பொதுப் பள்ளிகளில் பயிலும் மாணவர்களுக்கென்று ஒதுக்கப்படும் ஸ்காலர்ஷிப்புகளில் 7.5 சதவீதம் தாழ்த்தப்பட்டவர்களுக்கு ஒதுக்கப்பட வேண்டும் என அரசு உத்தரவிட்டுள்ள போதிலும் அது நடைமுறைப்படுத்தப்படவில்லை. மத்திய அரசின் கல்வித்துறை இடஒதுக்கீட்டைச் சரியானபடி நடைமுறைப்படுத்தவில்லை. தாழ்த்தப்பட்ட மாணவர்களுக்கென்று நடத்தப்படும் விடுதிகள் அந்த மாணவர்கள் பிறந்து வளர்ந்த குடிசைகளைவிடவும் கேவலமான நிலையில் உள்ளன. ஆரம்பக்கல்வியில் அதிகப்படியான தாழ்த்தப்பட்ட வகுப்பு மாணவர்களைச் சேர்ப்பதற்கு கவனம் செலுத்தப்படாத காரணத்தால் அவர்களில் கல்வி சதவீதம் உயரவில்லை. தாழ்த்தப்பட்ட சமூகத்தினர் கல்வி தேக்கமடைந்து இருப்பதற்கு இவையெல்லாம் சில காரணங்கள்.

தாழ்த்தப்பட்ட வகுப்பினரின் கல்வியை மேம்படுத்துவதற்குச் சிறப்பு நடவடிக்கைகள் அவசியம். தொடக்கத்தில் இதற்காக நாம் அதிகம் செலவு செய்யவேண்டி வரலாம். நாம் எதிர்பார்த்த பலன் கிடைக்காமலும் போகலாம். ஆனால் அதற்காக நாம் மனம் தளர்ந்து விடவோ, அதிருப்தி அடையவோ கூடாது. பலநூறு ஆண்டுகளாகப் புறக்கணிக்கப்பட்ட மக்களின் மேம்பாட்டுக்காக நாம் எடுக்கின்ற நடவடிக்கைகள் இவை என்பதை நாம் கவனத்தில் கொள்ள வேண்டும்.

இந்தியாவில் உள்ள ஆறரை கோடி தாழ்த்தப்பட்ட மக்களின் மேம்பாட்டுக்காக நாம் செலவிடுகிற தொகை மிகவும் குறைவுதான் என்பதை நாம் நினைவில் கொள்ள வேண்டும். கல்வியில் செய்யப்படும் முதலீடே மற்ற எந்த முதலீட்டையும்விடச் சிறந்தது. "ஒரு நாடு மனித வள மேம்பாட்டுக்கென செய்கின்ற முதலீடுதான் உண்மையான முதலீடாகும். இரும்பு ஆலைகளை உருவாக்கவும், புனல் மின்நிலையங்களைக் கட்டியெழுப்பவும், இன்னும் பல்வேறு பணிகளுக்காகவும் நாம் கோடிக்கணக்கான ரூபாய்களைச் செலவு செய்கின்றோம். ஆனால் மிகச் சிறந்த மூலதனம், மிகச்சிறந்த கட்டுமானம் கல்வியில் செய்யப்படுவதுதான் என்பதை நாம் மறந்து விடுகிறோம். வறுமையை ஒழிக்க வேண்டும் என்றால் நாம் தரமான கல்வியை வழங்கவேண்டும்" என்று முன்னாள் மத்திய கல்வி அமைச்சர் திரு. எம்.சி.சாக்ளா குறிப்பிட்டார். அது நாம் எப்போதும் நினைவில் கொள்ள வேண்டிய ஒரு வாசகமாகும்.